AF447721

கம்யூனிஸ்ட் கட்சி அறிக்கை

கார்ல் மார்க்ஸ்
ஃபிரெடெரிக் ஏங்கெல்ஸ்

தமிழாக்கம்: மு. சிவலிங்கம்

கம்யூனிஸ்ட் கட்சி அறிக்கை

ஆசிரியர்கள்:
கார்ல் மார்க்ஸ், ஃபிரெடெரிக் ஏங்கெல்ஸ்

முதல் பதிப்பு: செப்டம்பர் 2023

வெளியீட்டு எண்: 110

வெளியீடு: அறம் பதிப்பகம்

Communist Katchi Arikkai

Authors:
Karl Marx, Friedrich Engels

First Edition: September, 2023

Published by: Aram Publication
Address: No. 3/582, Mullai street,
Kasthuribai Nagar, Mullipattu Village & Post
Arani Taluk - 632 316
Tiruvannamalai Dt, Tamil nadu
Contact Cell No: 9150724997, 8489664001
e-mail: arampublication50@gmail.com

Designer: G. Murugan

Printed at: Durga printers, Chennai-14

ISBN: 978-93-91480-86-8

Pages: 112, Price: INR 160

பொருளடக்கம்

குறிப்பு: நூல் முழுதும் சதுர அடைப்புக் குறிகளுக்குள் கொடுக்கப்பட்டுள்ள குறிப்புகள் யாவும் மொழிபெயர்ப்பாளர் எழுதியவை.

பல்வேறு மொழிப் பதிப்புகளுக்கு எழுதிய முகவுரைகள்

1872-ஆம் ஆண்டின் ஜெர்மன் பதிப்புக்கு எழுதிய முகவுரை

தொழிலாளர்களின் சர்வதேசச் சங்கமாகிய கம்யூனிஸ்டுக் கழகம் (Communist League)[1] அக்காலத்தில் நிலவிய சூழ்நிலைமைகளில் ஓர் இரகசிய அமைப்பாகவே செயல்பட வேண்டியிருந்தது. 1847 நவம்பரில் லண்டனில் நடைபெற்ற காங்கிரசில் இக்கழகம் கட்சியின் விரிவான கொள்கை மற்றும் நடைமுறை வேலைத்திட்டத்தை வெளியிடுவதற்காக வகுத்துத் தருமாறு அடியில் கையொப்பம் இட்டுள்ளோரைப் [மார்க்ஸ், ஏங்கெல்ஸைக் குறிக்கிறது] பணித்தது. இவ்வாறு பிறப்பெடுத்ததே பின்வரும் அறிக்கை. இதன் கையெழுத்துப் பிரதி, அச்சிடப்படுவதற்காக, பிப்ரவரி புரட்சிக்கு[2] ஒருசில வாரங்களுக்கு முன்னால் லண்டனுக்குப் பயணித்தது. முதலில் ஜெர்மன் மொழியில் வெளியிடப்பட்டது. பிறகு ஜெர்மனி, இங்கிலாந்து, அமெரிக்கா ஆகிய நாடுகளில் குறைந்தது பன்னிரண்டு பதிப்புகளில் ஜெர்மன் மொழியில் மறுவெளியீடு செய்யப்பட்டுள்ளது. ஆங்கில மொழியில் முதன்முதலாக 1850-இல் லண்டன் நகரத்துச் சிவப்புக் குடியரசுவாதி (Red Republican) [3] பத்திரிக்கையில் வெளியானது. இந்த மொழிப்பெயர்ப்பைச் செய்தவர் மிஸ் ஹெலன் மக்ஃபர்லேன் (Helen Macfarlane). 1871-இல், அமெரிக்காவில் குறைந்தது மூன்று வெவ்வேறு ஆங்கில மொழிபெயர்ப்புகள் வெளிவந்தன. ஃபிரெஞ்சு மொழிபெயர்ப்பு முதன்முதலில், 1848-ஆம் ஆண்டு ஜூன் எழுச்சிக்குச்[4] சிறிது காலத்துக்கு முன்பாகப் பாரிசில் வெளியானது, அண்மையில் நியூயார்க் நகரத்து சோஷலிஸ்டு (Le Socialiste)[5] பத்திரிகையிலும் வெளிவந்துள்ளது. புதிய மொழிபெயர்ப்பு ஒன்று தயாராகி வருகிறது. முதன்முதலில்

ஜெர்மன் மொழியில் வெளிவந்த சிறிது காலத்திலேயே போலிஷ் பதிப்பு ஒன்று லண்டனில் வெளியானது. அறுபதுகளில் ருஷ்ய மொழிபெயர்ப்பு ஒன்று ஜெனீவாவில் வெளிவந்தது. முதன்முதலில் வெளியாகிய குறுகிய காலத்துக்குள்ளேயே டேனிஷ் மொழியிலும் மொழிபெயர்க்கப்பட்டது.

கடந்த இருபத்தைந்து ஆண்டுகளில் நிலைமைகள் எவ்வளவுதான் மாறியிருந்த போதிலும், இந்த அறிக்கையில் வகுத்துரைக்கப்பட்டுள்ள பொதுக் கோட்பாடுகள் ஒட்டுமொத்தத்தில் என்றும்போல் இன்றும் சரியானவையே ஆகும். ஆங்காங்கே சில விவரங்களைச் செம்மைப்படுத்தலாம். இந்தக் கோட்பாடுகளின் நடைமுறைப் பயன்பாடு என்பது, இந்த அறிக்கையே குறிப்பிடுவதுபோல, எல்லா இடங்களிலும் எல்லாக் காலத்திலும், அந்தந்தக் காலகட்டத்தில் நிலவக்கூடிய வரலாற்று நிலைமைகளைச் சார்ந்ததாகவே இருக்கும். இந்தக் காரணத்தால்தான், இரண்டாம் பிரிவின் இறுதியில் முன்மொழியப்பட்டுள்ள புரட்சிகர நடவடிக்கைகள் மீது தனிச்சிறப்பான அழுத்தம் எதுவும் தரப்படவில்லை. அந்தப் பகுதியின் வாசகத்தைப் பல கூறுகளில் இன்றைக்கு மிகவும் வேறுபட்ட சொற்களில் எழுத வேண்டியிருக்கும். கடந்த இருபத்தைந்து ஆண்டுகளில் நவீனத் தொழில்துறை மகத்தான வளர்ச்சி கண்டுள்ளது; அதனுடன் கூடவே தொழிலாளி வர்க்கத்தின் மேம்பட்ட, விரிவடைந்த கட்சி அமைப்பு வளர்ச்சி பெற்றுள்ளது; முதலில் பிப்ரவரிப் புரட்சியிலும், பிறகு அதனினும் முக்கியமாகப் பாட்டாளி வர்க்கம் முதன்முதலாக, முழுதாய் இரு மாதங்கள் அரசியல் ஆட்சியதிகாரம் வகித்த பாரிஸ் கம்யூனிலும்[6] சில நடைமுறை அனுபவங்கள் கிடைத்துள்ளன; – இவற்றையெல்லாம் கணக்கில் எடுத்துக் கொள்வோமாயின், இந்த வேலைத்திட்டம் சில விவரங்களில் காலங் கடந்ததாகி விடுகிறது. கம்யூனானது முக்கியமாக ஒன்றை நிரூபித்துக் காட்டியது. அதாவது, 'ஏற்கெனவே தயார் நிலையிலுள்ள அரசு எந்திரத்தைத் தொழிலாளி வர்க்கம் வெறுமனே கைப்பற்றி, அப்படியே தன் சொந்த நோக்கங்களுக்காகப் பயன்படுத்திக்கொள்ள முடியாது'. (பார்க்கவும்: ஃபிரான்சில் உள்நாட்டுப் போர் – சர்வதேசத் தொழிலாளர் சங்கப் பொதுக்குழுவின் பேருரை, லண்டன்,

ட்ரூலவ், 1871. பக்கம் 15-இல் இந்த விவரம் மேலும் விரிவாக விளக்கப்பட்டுள்ளது). தவிரவும், சோஷலிச இலக்கியத்தைப் பற்றிய விமர்சனம் இன்றைய காலகட்டத்தைப் பொறுத்தவரை போதுமானதல்ல என்பது கூறாமலே விளங்கும். ஏனெனில் 1847-ஆம் ஆண்டு வரைதான் அதில் அலசப்பட்டுள்ளது. அத்தோடு, பல்வேறு எதிர்க்கட்சிகளுடன் கம்யூனிஸ்டுகளின் உறவுநிலை பற்றிய குறிப்புகள் (நான்காம் பிரிவு) கோட்பாட்டு அளவில் இன்றும் சரியானவையே. என்றாலுங்கூட, நடைமுறையில் காலங் கடந்தவையே. காரணம், இன்றைக்கு அரசியல் நிலைமை முற்றிலும் மாறிவிட்டது. வரலாற்றில் ஏற்பட்டுள்ள முன்னேற்றமானது, அப்பிரிவில் பட்டியலிடப்பட்டுள்ள அரசியல் கட்சிகளில் மிகப் பெரும்பாலானவற்றைப் புவிப்பரப்பிலிருந்தே துடைத்தெறிந்துவிட்டது.

ஆனாலும் அறிக்கையானது [7] ஒரு வரலாற்று ஆவணமாகிவிட்டது. இதைத் திருத்துவதற்கான எந்த உரிமையும் இனி எங்களுக்கு இல்லை. 1847-லிருந்து இன்றுவரையுள்ள இடைவெளியை நிரப்பும் ஒரு முன்னுரையோடு அடுத்து ஒரு பதிப்பு வெளிவரக்கூடும். தற்போது இந்த மறுபதிப்பு மிகவும் எதிர்பாராத நிலையில் வெளியாவதால், இப்பணியைச் செய்துமுடிக்க எங்களுக்கு அவகாசம் இல்லாமல் போய்விட்டது.

கார்ல் மார்க்ஸ்,
ஃபிரெடெரிக் ஏங்கெல்ஸ்

லண்டன், ஜூன் 24, 1872.

1882-ஆம் ஆண்டின் ருஷ்யப் பதிப்புக்கு எழுதிய முகவுரை

கம்யூனிஸ்டுக் கட்சி அறிக்கையின் முதலாவது ருஷ்யப் பதிப்பு, பக்கூனின் மொழி பெயர்த்தது. அறுபதாம் ஆண்டுகளின் தொடக்கத்தில் கோலகல் (Kolokol)[8] இதழின் அச்சகத்தால் வெளியிடப்பட்டது. மேலை நாட்டினரால் அப்போது அதில் (அறிக்கையின் அந்த ருஷ்யப் பதிப்பில்) ஓர் இலக்கிய ஆர்வத்தை மட்டுமே காண முடிந்தது. அத்தகைய ஒரு கண்ணோட்டம் இன்று சாத்தியமற்றது.

அறிக்கையில், பல்வேறு நாடுகளில் பல்வேறு எதிர்க்கட்சிகள் தொடர்பாகக் கம்யூனிஸ்டுகளின் நிலைபாட்டை எடுத்துக்கூறும் கடைசிப் பிரிவு, அந்தக் காலத்தில் (1847 டிசம்பர்) பாட்டாளி வர்க்க இயக்கம் இன்னும்கூட எவ்வளவு குறுகிய களத்தினில் செயல்படுவதாக இருந்தது என்பதை மிகத் தெளிவாகவே எடுத்துக் காட்டுகிறது. குறிப்பாக ருஷ்யா, அமெரிக்க ஐக்கிய நாடுகள் ஆகியவை பற்றிய தகவல்கள் இப்பிரிவில் விடுபட்டுள்ளன. அனைத்து ஐரோப்பியப் பிற்போக்கின் கடைசிப் பெரும் கோட்டையாக ருஷ்யாவும், குடியேற்றத்தின் மூலம் ஐரோப்பாவின் உபரிப் பாட்டாளி சக்திகளை ஈர்த்துக் கொள்ளும் நாடாக அமெரிக்க ஐக்கிய நாடும் இருந்துவந்த காலம் அது. இரு நாடுகளும் ஐரோப்பாவுக்கு மூலப்பொருள்களை வழங்கின. அதே வேளையில், ஐரோப்பியத் தொழிற்சாலைகளில் உற்பத்தியான பொருள்களின் விற்பனைச் சந்தைகளாகவும் விளங்கின. ஆகவே அக்கால கட்டத்தில் இரு நாடுகளும் ஏதேனும் ஒரு வகையில் அன்றைய ஐரோப்பிய அமைப்பின் ஆதாரத் தூண்களாகத் திகழ்ந்தன.

இன்று நிலைமை எப்படி மாறிவிட்டது! ஐரோப்பியக் குடியேற்றம்தான் வட அமெரிக்காவின் மிகப்பெரும் விவசாயப் பொருளுற்பத்திக்குக் காரணமாக அமைந்தது. இந்த உற்பத்தி உருவாக்கிய போட்டியோ இன்று ஐரோப்பாவிலுள்ள சிறிதும் பெரிதுமான நிலவுடைமையின் அடித்தளங்களையே உலுக்கி வருகின்றது. அத்தோடு, இதுநாள்வரை நிலவிவந்த, மேற்கு

ஐரோப்பாவின், குறிப்பாக இங்கிலாந்தின் தொழில்துறை ஏகபோகத்தை வெகுவிரைவில் தகர்த்துவிடும் அளவுக்கு அத்தனை ஆற்றலோடும், அவ்வளவு பெரிய அளவிலும், அமெரிக்க ஐக்கிய நாடு தனது அளவிலாத் தொழில்துறை மூலாதாரங்களைப் பயன்படுத்திக் கொள்வதை இந்தக் குடியேற்றம் சாத்தியம் ஆக்கியுள்து. இவ்விரு நிலைமைகளும் அமெரிக்க நாட்டின் மீதே புரட்சிகரமான முறையில் எதிர்வினை ஆற்றுகின்றன. அரசியல் அமைப்பு முழுமைக்கும் அடிப்படையாக விளங்கும், விவசாயிகளின் சிறிய, நடுத்தர நிலவுடைமைகள், மிகப்பெரும் பண்ணைகளின் போட்டிக்குப் படிப்படியாகப் பலியாகின்றன. கூடவே, தொழிலகப் பிரதேசங்களில் பெருந்திரளான பாட்டாளி வர்க்கமும், வியத்தகு மூலதனக் குவிப்பும் முதன்முறையாக வளர்ச்சிபெற்று வருகின்றன.

இப்போது ருஷ்யாவைப் பாருங்கள்! 1848 – 49 ஆம் ஆண்டுப் புரட்சியின்போது ஐரோப்பிய முடியரசர்கள் மட்டுமல்ல, ஐரோப்பிய முதலாளித்துவ வர்க்கத்தினரும்கூட, அப்போதுதான் விழித்தெழத் தொடங்கியிருந்த பாட்டாளி வர்க்கத்திடமிருந்து தப்பிக்க, ருஷ்யத் தலையீடுதான் ஒரே தீர்வு என நம்பினர். ஜார் மன்னர் ஐரோப்பியப் பிற்போக்கின் தலைவராகப் பிரகடனப்படுத்தப்பட்டார். இன்றைக்கு, அவர் புரட்சியின் போர்க் கைதியாக காட்சினாவில் (Gatchina) இருக்கிறார். [9] ருஷ்யாவோ, ஐரோப்பாவில் புரட்சிகர நடவடிக்கையின் முன்னணிப் படையாகத் திகழ்கிறது.

வெகுவிரைவில் நிகழவிருக்கும், நவீன முதலாளித்துவச் சொத்துடைமையின் தவிர்க்கவொண்ணாத் தகர்வினைப் பிரகடனப்படுத்துவதையே கம்யூனிஸ்டு அறிக்கை தனது நோக்கமாகக் கொண்டுள்ளது. ஆனால் ருஷ்யாவில், அதிவேகமாக வளர்ந்துவரும் முதலாளித்துவச் சுரண்டல், இப்போதுதான் வளரத் தொடங்கியுள்ள முதலாளித்துவ நிலவுடைமை ஆகியவற்றுடன்கூடவே, பாதிக்கும் மேற்பட்ட நிலம் விவசாயிகளின் பொது உடைமையாக இருப்பதை நாம் காண்கிறோம். இப்போதுள்ள கேள்வி இதுதான்: ருஷ்ய ஒப்ஷீனா (obshchina) [கிராமச் சமூகம்] அமைப்புமுறை வெகுவாகச்

சிதைவுற்றிருப்பினும், புராதன நிலப் பொது உடைமையின் ஒரு வடிவமான இது, நேரடியாகக் கம்யூனிசப் பொது உடைமை என்னும் உயர்ந்த வடிவத்துக்கு வளர்ச்சியுறுமா? அல்லது அதற்கு மாறாக, மேற்கு நாடுகளின் வரலாற்று ரீதியான பரிணாம வளர்ச்சியாக அமைந்த, அதே சிதைந்தழியும் நிகழ்ச்சிப்போக்கை முதலில் அது கடந்து தீரவேண்டுமா?

இதற்கு, இன்றைக்குச் சாத்தியமாக இருக்கும் ஒரே பதில் இதுதான்: ருஷ்யப் புரட்சியானது மேற்கு நாடுகளில் ஒரு பாட்டாளி வர்க்கப் புரட்சிக்கு முன்னோடி ஆகி, இரண்டும் ஒன்றுக்கொன்று துணை நிற்குமாயின், நிலத்தின் மீதான தற்போதைய ருஷ்யப் பொது உடைமை, கம்யூனிச வளர்ச்சிக்கான தொடக்கப் புள்ளியாகப் பயன்படக்கூடும்.

கார்ல் மார்க்ஸ்,
ஃபிரெடெரிக் ஏங்கெல்ஸ்

லண்டன், ஜனவரி 21, 1882.

1883-ஆம் ஆண்டின் ஜெர்மன் பதிப்புக்கு எழுதிய முகவுரை

அந்தோ! தற்போதைய பதிப்பின் இந்த முகவுரைக்கு நான் மட்டும் தனியே கையெழுத்திட வேண்டியுள்ளது. ஐரோப்பாவையும் அமெரிக்காவையும் சேர்ந்த தொழிலாளி வர்க்கம் முழுமையும் வேறு எவரையும்விட அதிகமாகக் கடமைப்பட்டுள்ள அந்த மாமனிதர் மார்க்ஸ் ஹைகேட் இடுகாட்டில் உறங்குகிறார். அவருடைய கல்லறையின்மேல் முதலாவது பசும்புல் ஏற்கெனவே அரும்பிக் கொண்டிருக்கிறது. மார்க்சின் மறைவுக்குப்பின் அறிக்கையைத் திருத்தியமைப்பதும், புதியன சேர்ப்பதும் நினைத்துப் பார்க்கவும் இயலாதது. பின்வருவனவற்றை வெளிப்படையாக மீண்டும் இங்கே எடுத்துரைப்பது முன்னைக் காட்டிலும் அவசியமெனக் கருதுகிறேன்:

அறிக்கையினூடே இழையோடி நிற்கும் அடிப்படையான கருத்து – ஒவ்வொரு வரலாற்றுக் காலகட்டத்தின் பொருளாதார உற்பத்தியும், அதிலிருந்து தவிர்க்க முடியாதபடி எழுகின்ற சமுதாயக் கட்டமைப்பும், அந்தந்தக் காலகட்டத்தின் அரசியல், அறிவுத்துறை ஆகியவற்றின் வரலாற்றுக்கான அடித்தளமாக அமைகின்றன. ஆகவே, (புராதன நிலப் பொதுவுடைமை அமைப்பு சிதைந்துபோன காலம்தொட்டே) அனைத்து வரலாறும் வர்க்கப் போராட்டங்களின் வரலாறாகவே இருந்து வருகிறது. அதாவது, சமூக வளர்ச்சியின் பல்வேறு கட்டங்களிலும், சுரண்டப்படும் வர்க்கத்துக்கும் சுரண்டும் வர்க்கத்துக்கும், ஒடுக்கப்படும் வர்க்கத்துக்கும் ஒடுக்கும் வர்க்கத்துக்கும் இடையேயான போராட்டங்களின் வரலாறாகவே இருந்து வருகிறது. எனினும், இந்தப் போராட்டமானது தற்போது ஒரு முக்கிய கட்டத்தை எட்டியுள்ளது. சுரண்டப்பட்டும் ஒடுக்கப்பட்டும் வரும் வர்க்கம் (பாட்டாளி வர்க்கம்), தன்னோடு கூடவே சமுதாயம் முழுவதையும் சுரண்டலிலிருந்தும், ஒடுக்கு முறையிலிருந்தும், வர்க்கப் போராட்டங்களிலிருந்தும் நிரந்தரமாக விடுவிக்க வேண்டும். அவ்வாறு விடுவிக்காமல், சுரண்டியும் ஒடுக்கியும்

வரும் வர்க்கத்திடமிருந்து (முதலாளித்துவ வர்க்கத்திடமிருந்து) ஒருபோதும் தன்னை விடுவித்துக்கொள்ள இயலாது என்கிற கட்டத்தை எட்டியுள்ளது – இந்த அடிப்படையான கருத்து முற்றிலும் மார்க்ஸ் ஒருவருக்கு மட்டுமே உரியதாகும்.[1]

நான் இதனை ஏற்கெனவே பலமுறை குறிப்பிட்டுள்ளேன். என்றாலும், முக்கியமாக இப்பொழுது அறிக்கையின் முகவுரையிலேயே குறிப்பிட வேண்டியதும் அவசியமாகும்.

ஃபிரெடெரிக் எங்கெல்ஸ்

லண்டன், ஜூன் 28, 1883.

---

1 "என் கருத்துப்படி, டார்வினுடைய கொள்கை[10] உயிரியலுக்கு ஆற்றிய அதே பங்கினை, இந்த வரையறுப்பு வரலாற்றியலுக்கு ஆற்றப்போவது நிச்சயம்" என்று, ஆங்கில மொழிபெயர்ப்பின் முகவுரையில் நான் எழுதினேன். "நாங்கள் இருவரும் 1845-க்குச் சில ஆண்டுகள் முன்பிருந்தே இந்த வரையறுப்பை நோக்கிப் படிப்படியாக நெருங்கி வந்துகொண்டிருந்தோம். நான் சுயேச்சையாக எந்த அளவுக்கு இந்த வரையறுப்பை நோக்கி முன்னேறி இருந்தேன் என்பதை, 'இங்கிலாந்தில் தொழிலாளி வர்க்கத்தின் நிலைமை' (Conditions of the Working Class in England) என்னும் என்னுடைய நூல்மூலம் நன்கு அறியலாம். ஆனால், 1845-ஆம் ஆண்டு வசந்த காலத்தில் புருசெல்ஸ் நகரில் மார்க்ஸை நான் மீண்டும் சந்தித்தபோது, அவர் இந்த வரையறுப்பைத் தயாராக வகுத்து வைத்திருந்தார். நான் இங்கு எடுத்துரைத்துள்ளது போன்ற அதே அளவு தெளிவான சொற்களில் என்முன்னே எடுத்துவைத்தார்."

[1890 ஆண்டு ஜெர்மானியப் பதிப்புக்கு ஏங்கெல்ஸ் எழுதிய குறிப்பு].

1888-ஆம் ஆண்டின் ஆங்கிலப் பதிப்புக்கு எழுதிய முகவுரை

தொழிலாளர்களுடைய சங்கமான "கம்யூனிஸ்டுக் கழகத்தின்" (Communist League) வேலைத்திட்டமாக இந்த அறிக்கை வெளியிடப்பட்டது. முதலில் முற்றிலும் ஜெர்மன் தொழிலாளர்களுக்காகவே இருந்த கம்யூனிஸ்டுக் கழகம் பின்னாளில் சர்வதேச அமைப்பாக ஆயிற்று. 1848-க்கு முன்பு [ஐரோப்பா] கண்டத்துள் நிலவிய அரசியல் நிலைமைகளின் காரணமாக, இக்கழகம் தவிர்க்க முடியாதவாறு ஓர் இரகசிய அமைப்பாகவே செயல்பட்டு வந்தது. வெளியிடுவதற்கென ஒரு முழுமையான, கொள்கை மற்றும் நடைமுறை சார்ந்த கட்சி வேலைத்திட்டத்தைத் தயாரித்து அளிக்கும்படி, 1847 நவம்பரில் லண்டனில் நடைபெற்ற கம்யூனிஸ்டுக் கழக மாநாட்டில் மார்க்ஸும் ஏங்கெல்ஸும் பணிக்கப்பட்டனர். 1848 ஜனவரியில் ஜெர்மன் மொழியில் தயாரித்து அளித்த கையெழுத்துப் பிரதியை, பிப்ரவரி 24-இல் நிகழ்ந்த பிரெஞ்சுப் புரட்சிக்குச் சில வாரங்களுக்கு முன்னால் லண்டன் அச்சகத்தாருக்கு அனுப்பி வைத்தனர். 1848 ஜூனில் நிகழ்ந்த எழுச்சிக்குச் சற்று முன்னதாகப் ஃபிரெஞ்சு மொழிபெயர்ப்பு ஒன்று பாரிசில் வெளியாயிற்று. மிஸ் ஹெலன் மாக்ஃபர்லேன் (Miss Helen Macfarlane) மொழிபெயர்த்த முதலாவது ஆங்கில மொழிபெயர்ப்பு, 1850-இல் லண்டனில் ஜார்ஜ் ஜூலியன் ஹார்னியின் (George Julian Harney) 'சிவப்புக் குடியரசுவாதி' (Red Reoublican) பத்திரிகையில் வெளியானது. ஒரு டேனிஷ் பதிப்பும், ஒரு போலிஷ் பதிப்பும்கூட வெளியாகியுள்ளன.

பாட்டாளி வர்க்கத்துக்கும் முதலாளித்துவ வர்க்கத்துக்கும் இடையிலான முதலாவது பெரும் போராக, 1848 ஜூனில் வெடித்த பாரிஸ் எழுச்சிக்கு ஏற்பட்ட தோல்வியானது, ஐரோப்பியத் தொழிலாள வர்க்கத்தின் சமூக, அரசியல் ஆர்வங்களைச் சிறிது காலத்துக்கு மீண்டும் பின்னிலைக்குத் தள்ளியது. அதன்பிறகு, மேலாதிக்கத்துக்கான போராட்டம், பிப்ரவரிப் புரட்சிக்கு

முன்பிருந்ததைப் போலவே, மீண்டும் சொத்துடைமை வர்க்கத்தின் வெவ்வேறு பிரிவுகளுக்கு இடையிலே மட்டும் நடைபெறும் போராட்டமாக ஆனது. தொழிலாளி வர்க்கம், அரசியல் புகலிடத்துக்காகப் போராட வேண்டிய நிலைக்கும், நடுத்தர வர்க்கத் தீவிரக் கொள்கையினரின் தீவிரவாதப் பிரிவின் நிலைக்கும் தாழ்த்தப்பட்டது. சுயேச்சையான பாட்டாளி வர்க்க இயக்கங்கள் தொடர்ந்து உயிர்ப்புடன் இருக்கும் அறிகுறிகள் எங்கேனும் தென்படுமாயின், அவை ஈவிரக்கமின்றி நசுக்கப்பட்டன. இப்படித்தான் பிரஷ்யப் போலீசார் அப்போது கொலோன் (Cologne) நகரில் அமைந்திருந்த கம்யூனிஸ்டுக் கழகத்தின் மையக் குழுவை வேட்டையாடினர். மையக் குழுவின் உறுப்பினர்களைக் கைதுசெய்து சிறையில் அடைத்தனர். பதினெட்டு மாத சிறைவாசத்துக்குப்பின், 1852 அக்டோபரில் அவர்கள்மீது வழக்குத் தொடுத்தனர். புகழ்பெற்ற இந்த "கொலோன் கம்யூனிஸ்டு வழக்கு விசாரணை"[11] அக்டோபர் 4 முதல் நவம்பர் 12 வரை நடைபெற்றது. சிறைக் கைதிகளில் ஏழு பேருக்கு மூன்றுமுதல் ஆறு ஆண்டுகள்வரை கோட்டைச் சிறைத்தண்டனை விதிக்கப்பட்டது. தண்டனை வழங்கப்பட்ட உடனேயே, எஞ்சியிருந்த உறுப்பினர்கள் கம்யூனிஸ்டுக் கழகத்தை முறைப்படி கலைத்துவிட்டனர். அதன்பிறகு அறிக்கையின் கதியோ, கேட்பாரற்றுக் கிடந்தழியும் என்றே தோன்றியது.

ஆளும் வர்க்கங்கள் மீது மற்றுமொரு தாக்குதலுக்குப் போதுமான பலத்தை ஐரோப்பியத் தொழிலாளி வர்க்கம் மீண்டும் பெற்றபோது, சர்வதேசத் தொழிலாளர் சங்கம் [அகிலம்] உதித்தெழுந்தது. ஆனால், ஐரோப்பாவையும் அமெரிக்காவையும் சேர்ந்த போர்க்குணம் மிக்க பாட்டாளி வர்க்கம் முழுவதையும் ஒரே அமைப்பாக ஒன்றிணைக்க வேண்டுமென்ற வெளிப்படையான குறிக்கோளுடன் நிறுவப்பட்ட இச்சங்கத்தால், அறிக்கையில் வகுத்துரைக்கப்பட்ட கோட்பாடுகளை உடனடியாகப் பிரகடனப்படுத்த இயலவில்லை. ஆங்கிலேயத் தொழிற்சங்கங்களும், ஃபிரான்ஸ், பெல்ஜியம், இத்தாலி, ஸ்பெயின் ஆகிய நாடுகளைச் சேர்ந்த

புரூதோன் (Proudhon)[12] ஆதரவாளர்களும், ஜெர்மன் நாட்டு லஸ்ஸாலியர்களும் (Lassalleans)[2] ஏற்றுக் கொள்ளும் அளவுக்குப் பரந்த வேலைத்திட்டம் ஒன்றையே அகிலமானது கடைப்பிடிக்க வேண்டிய கட்டாயம் இருந்தது.

அனைத்துத் தரப்பினரும் மனநிறைவுகொள்ளும் வகையில் இந்த வேலைத்திட்டத்தை வரைந்து கொடுத்த மார்க்ஸ், தொழிலாளி வர்க்கத்தின் அறிவுநுட்ப வளர்ச்சியில் முழுமையான நம்பிக்கை கொண்டிருந்தார். அத்தகு வளர்ச்சி, ஒன்றிணைந்த செயல்பாடு, பரஸ்பரக் கலந்துரையாடல் ஆகியவற்றின் நிச்சயமான விளைவாகும். மூலதனத்துக்கு எதிரான போராட்டத்தின் நேரடி நிகழ்வுகளும், சாதக பாதகச் சூழ்நிலைகளும், வெற்றிகளையும்விட அதிகமாகத் தோல்விகளும், மனிதர்களின் அபிமானத்துக்குரிய பல்வேறு சாகச உத்திகள் போதுமானவை அல்ல என்பதை அவர்களின் மனதில் உறைக்கும்படி தெளிவாக உணர்த்தும். அவை தொழிலாளி வர்க்க விடுதலைக்குரிய மெய்யான நிலைமைகள் குறித்து, மேலும் முழுமையான உள்ளார்ந்த புரிதலுக்கு வழிகோலவே செய்யும் என மார்க்ஸ் கருதினார். மார்க்ஸின் எண்ணம் சரியாகவே இருந்தது. அகிலமானது 1874-இல் கலைக்கப்பட்டபோது, அது [தொடங்கப்பட்ட ஆண்டான] 1864-இல் கண்ட தொழிலாளிகளிலிருந்து முற்றிலும் வேறுபட்ட தொழிலாளிகளையே விட்டுச் சென்றது. ஃபிரான்சில் புரூதோனியமும், ஜெர்மனியில் லஸ்ஸாலினியமும் மறைந்து கொண்டிருந்தன. பெரும்பாலான பழைமைவாத ஆங்கிலேயத் தொழிற்சங்கங்கள் நெடுநாட்களுக்கு முன்பே அகிலத்திலிருந்து தமது தொடர்பைத் துண்டித்துக் கொண்டுவிட்டன. என்றாலும், அவையும்கூடப் படிப்படியாக முன்னேறி, கடந்த ஆண்டு ஸ்வான்சியில் அவற்றின் தலைவர் தனது உரையில்

---

2 லஸ்ஸால் (Lassalle)[13] எங்களிடம் தனிப்பட்ட முறையில் எப்போதும் தம்மை மார்க்சின் சீடர் என்றே கூறி வந்துள்ளார். அதன்படி அவர் அறிக்கையின் கோட்பாடுகளுக்கு இணங்கவே செயல்பட்டார். ஆனால் 1861-64 ஆண்டுகளில் அவர் நடத்திய மக்கள் கிளர்ச்சிகளில், அரசுக் கடன் உதவியுடன் நடத்தப்படும் கூட்டுறவுத் தொழிற்கூடங்களைக் (Co-operative Workshops) கோரியதற்கு அப்பால் செல்லவில்லை. [ஏங்கெல்ஸ் எழுதிய குறிப்பு].

"[ஐரோப்பா] கண்டத்து சோஷலிசத்திடம் எமக்கிருந்த அச்சமெல்லாம் மறைந்துவிட்டது" என்று, அவற்றின் சார்பில் அறிவிக்கத் துணியும் அளவுக்கு வந்திருக்கின்றன. உண்மையிலேயே அறிக்கையின் கோட்பாடுகள், அனைத்து நாடுகளின் தொழிலாளர்களிடையேயும் கணிசமான அளவுக்குச் செல்வாக்குப் பெற்றுவிட்டன.

அறிக்கை, தானே இவ்வாறு மீண்டும் முன்னிலைக்கு வந்தது. ஜெர்மன் பதிப்பு 1850 முதல் சுவிட்ஸர்லாந்து, இங்கிலாந்து, அமெரிக்கா ஆகிய நாடுகளில் மறுபதிப்புகளாகப் பலமுறை வெளியிடப்பட்டுள்ளன. 1872-இல் நியூயார்க்கில் இது ஆங்கிலத்தில் மொழிபெயர்க்கப்பட்டு உட்ஹால் கிளாஃபிலினின் வாராந்தரி (Woodhull and Claflin's Weekly) இதழில் வெளிவந்தது. இந்த ஆங்கிலப் பதிப்பிலிருந்து ஒரு ஃபிரஞ்சு மொழிபெயர்ப்பு தயாரிக்கப்பட்டு நியூயார்க் நகரின் சோஷலிஸ்டு (Le Socialiste) இதழில் வெளியானது. அதன்பிறகு, குறைந்தபட்சம் மேலும் இரண்டு ஆங்கில மொழிபெயர்ப்புகள், கூடக்குறையச் சிதைக்கப்பட்ட வடிவில், அமெரிக்காவில் கொண்டுவரப்பட்டுள்ளன. அவற்றுள் ஒன்று இங்கிலாந்தில் மறுபதிப்பாக வெளியாகியுள்ளது. பக்கூனின் (Bakounine) மொழிபெயர்த்த முதலாவது ருஷ்ய மொழிபெயர்ப்பு 1863-ஆம் ஆண்டுவாக்கில்[14] ஜெனீவாவில் கெர்த்சனின் கோலகல் (Kerzen's Kolokol) இதழின் அச்சகத்திலிருந்து வெளியானது. வீரமிக்க வேரா ஸசூலிச் (Vera Zasulich) மொழிபெயர்த்த இரண்டாவது ருஷ்ய மொழிபெயர்ப்பும்[15] 1882-இல் ஜெனீவாவிலேயே வெளியானது. புதிய டேனிஷ் பதிப்பு ஒன்றை 1885-இல் கோபன்ஹெகனில் வெளியான சமூக-ஜனநாயக நூல்திரட்டு (Social-demokratisk Bibliothek) என்னும் தொகுப்பில் காணலாம். 1885-இல் பாரிசில் சோஷலிஸ்டு (Le Socialiste) இதழில் ஒரு புதிய ஃபிரெஞ்சு மொழிபெயர்ப்பு வெளியானது. இதிலிருந்து ஸ்பானிஷ் மொழிபெயர்ப்பு உருவாக்கப்பட்டு 1886-இல் மாட்ரிடில் (Madrid) வெளியானது. ஜெர்மன் மறுபதிப்புகளுக்கு கணக்கில்லை. மொத்தத்தில் குறைந்தது பன்னிரண்டு இருக்கும். ஆர்மீனிய மொழிபெயர்ப்பு ஒன்று கான்ஸ்டான்டிநோப்பிளில் சில மாதங்களுக்கு முன்பு வெளிவர இருந்தது. ஆனால் அது வெளிவரவில்லை.

மார்க்சின் பெயர்தாங்கிய ஒரு புத்தகத்தை வெளியிடப் பதிப்பாளர் பயந்ததும், மொழிபெயர்ப்பாளர் அதைத் தம் சொந்தப் படைப்பாகக் குறிப்பிட மறுத்ததும் காரணமெனக் கேள்விப்பட்டேன். இன்னும் வேறுபல மொழிகளிலும் மொழிபெயர்க்கப்பட்டுள்ளது பற்றிக் கேள்விப்பட்டுள்ளேன். ஆனால் அவற்றை நான் பார்த்ததில்லை. இவ்வாறாக, அறிக்கையின் வரலாறு, நவீனத் தொழிலாளி வர்க்க இயக்கத்தின் வரலாற்றைப் பெருமளவுக்குப் பிரதிபலிக்கிறது. தற்போது அறிக்கையானது, ஐயத்துக்கு இடமின்றி சோஷலிச இலக்கியங்கள் அனைத்தினுள்ளும் மிகப்பரந்த அளவில் செல்வாக்குப் பெற்ற, மிகவும் சர்வதேசத் தன்மை கொண்ட படைப்பாகத் திகழ்கிறது. சைபீரியாவிலிருந்து கலிஃபோர்னியாவரை கோடானு கோடி உழைக்கும் மக்களால் பொது வேலைத்திட்டமாக அங்கீகரிக்கப்பட்டுள்ளது.

ஆயினும் அறிக்கை எழுதப்பட்ட காலத்தில், இதனை நாங்கள் சோஷலிஸ்டு அறிக்கை என அழைக்க முடியவில்லை. 1847-இல் சோஷலிஸ்டுகள் எனப்பட்டோர் ஒருபுறம், பல்வேறு கற்பனாவாதக் கருத்தமைப்புகளைத் தழுவியோராக அறியப்பட்டனர்: இங்கிலாந்தில் ஓவனியர்கள் (Owenites) [16], ஃபிரான்சில் ஃபூரியேயர்கள் (Fourierists)[17]. இவ்விரு வகையினரும் ஏற்கெனவே வெறும் குறுங்குழுக்கள் நிலைக்குத் தாழ்ந்து, படிப்படியாக மறைந்து கொண்டிருந்தனர். மறுபுறம், மிகப் பல்வேறு வகைப்பட்ட சமூகப் புரட்டல்வாதிகள், மூலதனத்துக்கும் இலாபத்துக்கும் எந்தத் தீங்கும் நேராதபடி, எல்லா வகையான ஒட்டுவேலைகள் மூலம், அனைத்து வகையான சமூகக் குறைபாடுகளையும் களைவதாகப் பறைசாற்றினர். இந்த இரு வகையினரும் தொழிலாளி வர்க்க இயக்கத்துக்கு வெளியே இருந்துகொண்டு, பெரும்பாலும் ''படித்த'' வர்க்கங்களின் ஆதரவையே எதிர்நோக்கியிருந்தனர். தொழிலாளி வர்க்கத்தின் எந்தப் பகுதி, வெறும் அரசியல் புரட்சிகள் மட்டும் போதாது என்பதைத் தெளிவுபட உணர்ந்துகொண்டு, ஒரு முழுமையான சமுதாய மாற்றத்தின் தேவையைப் பறைசாற்றியதோ, அந்தப் பகுதி அன்று தன்னைக் கம்யூனிஸ்டு என்று அழைத்துக்கொண்டது. அது பக்குவமற்ற, செழுமைப்படாத, முற்றிலும் உள்ளுணர்வு வகைப்பட்ட

கம்யூனிசமாகவே இருந்தது. என்றாலும், அது மூலாதாரமான கருத்தைத் தொட்டுக் காட்டியது. ஃபிரான்சில் காபேயின் (Cabet) [18], ஜெர்மனியில் வைட்லிங்கின் (Weitling)[19] கற்பனாவாதக் கம்யூனிசத்தைத் தோற்றுவிக்கும் அளவுக்குத் தொழிலாளி வர்க்கத்தின் மத்தியில் ஆற்றல் பெற்றதாக விளங்கியது. இவ்வாறாக, 1847-இல் சோஷலிசம் என்பது நடுத்தர வர்க்க இயக்கமாகவும், கம்யூனிசம் என்பது தொழிலாளி வர்க்க இயக்கமாகவும் இருந்தன. சோஷலிசம், குறைந்தபட்சம் [ஐரோப்பா] கண்டத்தில் ''மரியாதைக்குரியதாக'' விளங்கியது. ஆனால், கம்யூனிசம் அதற்கு மிகவும் நேர்மாறானதாக இருந்தது. மேலும், மிகத் தொடக்கத்திலிருந்தே எங்களுடைய கருத்தோட்டம், ''தொழிலாளி வர்க்கத்தின் விடுதலை என்பது தொழிலாளி வர்க்கத்தாலேயே பெறப்பட வேண்டும்'' என்பதாகும். எனவே, இவ்விரு பெயர்களில் [சோஷலிசம், கம்யூனிசம்] நாங்கள் எதை எடுத்துக்கொள்ள வேண்டும் என்பதில் எவ்வித ஐயமும் இருந்திருக்க முடியாது. அதோடு, அப்போதுமுதல் அப்பெயரை மறுதலிக்கும் எண்ணம் எப்போதும் எங்களுக்கு ஏற்பட்டதில்லை.

அறிக்கையானது எங்களுடைய கூட்டுப் படைப்பாக இருக்கும் நிலையில், இதன் மையக் கருவாக அமைந்த அடிப்படை வரையறுப்பு மார்க்சுக்கே உரியது என்பதைக் குறிப்பிட நான் கடமைப்பட்டுள்ளதாகக் கருதுகிறேன். அந்த அடிப்படை வரையறுப்பு இதுதான்: வரலாற்றின் ஒவ்வொரு காலகட்டத்திலும், அப்போது பொதுவாக நடப்பிலுள்ள பொருளாதார உற்பத்தி முறையும் பரிவர்த்தனை முறையும், அதிலிருந்து தவிர்க்கவியலா வகையில் பெறப்படும் சமூக அமைப்புமுறையும்தான் அடித்தளமாக அமைகின்றன. அதன்மீதே அக்காலகட்டத்தின் அரசியல் மற்றும் அறிவுத்துறை வரலாறு எழுப்பப்படுகிறது. அந்த அடித்தளத்திலிருந்து மட்டுமே அவற்றை விளக்கவும் முடியும். இதன் காரணமாகவே, மனிதகுல வரலாறு முழுமையும் (நிலத்தைப் பொது உடைமையாகக் கொண்டிருந்த புராதனப் பழங்குடி சமுதாயம் சிதைவுற்ற காலம்தொட்டே) வர்க்கப் போராட்டங்களின் வரலாறாகவே இருந்துள்ளது. அதாவது, சுரண்டும் வர்க்கங்களுக்கும் சுரண்டப்படும் வர்க்கங்களுக்கும், ஆளும் வர்க்கங்களுக்கும் ஒடுக்கப்படும் வர்க்கங்களுக்கும்

இடையிலான போராட்டங்களின் வரலாறாகவே இருந்துள்ளது. இந்த வர்க்கப் போராட்டங்களின் வரலாறானது பரிணாமங்களின் தொடர்வரிசையாக அமைகிறது. அது, இன்றைய காலகட்டத்தில், ஒரு முக்கிய கட்டத்தை எட்டியுள்ளது. சுரண்டப்படும், ஒடுக்கப்படும் வர்க்கம் அதாவது பாட்டாளி வர்க்கம், தன்னோடு கூடவே சமுதாயம் முழுவதையுமே எல்லா விதமான சுரண்டல், ஒடுக்குமுறை, வர்க்கப் பாகுபாடுகள், வர்க்கப் போராட்டங்கள் ஆகியவற்றிலிருந்து முற்றாகவும் முடிவாகவும் விடுவிக்க வேண்டும். அவ்வாறு விடுவிக்காமல், சுரண்டுகின்ற, ஒடுக்குகின்ற வர்க்கத்தின் அதாவது முதலாளித்துவ வர்க்கத்தின் ஆதிக்கத்திலிருந்து தன்னுடைய விடுதலையைப் பெற முடியாது என்கிற கட்டத்தை எட்டியுள்ளது.

என் கருத்துப்படி, டார்வினுடைய கொள்கை உயிரியலுக்கு ஆற்றிய அதே பங்கினை, இந்த வரையறுப்பு வரலாற்றியலுக்கு ஆற்றப் போவது நிச்சயம். நாங்கள் இருவரும் 1845-க்குச் சில ஆண்டுகள் முன்பிருந்தே இந்த வரையறுப்பை நோக்கிப் படிப்படியாக நெருங்கி வந்துகொண்டிருந்தோம். நான் சுயேச்சையாக எந்த அளவுக்கு இந்த வரையறுப்பை நோக்கி முன்னேறி இருந்தேன் என்பதை, "இங்கிலாந்தில் தொழிலாளி வர்க்கத்தின் நிலைமை" (*Conditions of the Working Class in England*) என்னும் என்னுடைய நூல்மூலம் நன்கு அறியலாம். ஆனால், 1845-ஆம் ஆண்டு வசந்த காலத்தில் புரூசெல்ஸ் நகரில் மார்க்ஸை நான் மீண்டும் சந்தித்தபோது, அவர் இந்த வரையறுப்பைத் தயாராக வகுத்து வைத்திருந்தார். நான் இங்கு எடுத்துரைத்துள்ளது போன்ற அதே அளவு தெளிவான சொற்களில் என்முன்னே எடுத்துவைத்தார்.

1872-ஆம் ஆண்டு ஜெர்மன் பதிப்புக்கு நாங்கள் இருவரும் சேர்ந்து எழுதிய முகவுரையிலிருந்து கீழ்க்காணும் பகுதியை இங்குத் தருகிறேன்:

"கடந்த இருபத்தைந்து ஆண்டுகளில் நிலைமைகள் எவ்வளவுதான் மாறியிருந்த போதிலும், இந்த அறிக்கையில் வகுத்துரைக்கப்பட்டுள்ள பொதுக் கோட்பாடுகள் ஒட்டுமொத்தத்தில் என்றும்போல் இன்றும் சரியானவையே ஆகும். ஆங்காங்கே சில விவரங்களைச் செம்மைப்படுத்தலாம்.

இந்தக் கோட்பாடுகளின் நடைமுறைப் பயன்பாடு என்பது, இந்த அறிக்கையே குறிப்பிடுவதுபோல, எல்லா இடங்களிலும் எல்லாக் காலத்திலும், அந்தந்தக் காலகட்டத்தில் நிலவக்கூடிய வரலாற்று நிலைமைகளைச் சார்ந்ததாகவே இருக்கும். இந்தக் காரணத்தால்தான், இரண்டாம் பிரிவின் இறுதியில் முன்மொழியப்பட்டுள்ள புரட்சிகர நடவடிக்கைகள் மீது தனிச்சிறப்பான அழுத்தம் எதுவும் தரப்படவில்லை. அந்தப் பகுதியின் வாசகத்தைப் பல கூறுகளில் இன்றைக்கு மிகவும் வேறுபட்ட சொற்களில் எழுத வேண்டியிருக்கும். 1848 முதலே நவீனத் தொழில்துறை மகத்தான வளர்ச்சி கண்டுள்ளது; அதனுடன் கூடவே தொழிலாளி வர்க்கத்தின் மேம்பட்ட, விரிவடைந்த அமைப்பு வளர்ச்சி பெற்றுள்ளது [1872-இல் எழுதப்பட்ட முகவுரையின் ஜெர்மன் மூலத்தில் இந்த வாக்கியங்கள் சற்றே மாறுபட்டுள்ளன. பார்க்க இந்நூலின் பக்கம் 2]; முதலில் பிப்ரவரிப் புரட்சியிலும், பிறகு அதனினும் முக்கியமாகப் பாட்டாளி வர்க்கம் முதன்முதலாக, முழுதாய் இரு மாதங்கள் அரசியல் ஆட்சியதிகாரம் வகித்த பாரிஸ் கம்யூனிலும் சில நடைமுறை அனுபவங்கள் கிடைத்துள்ளன; – இவற்றையெல்லாம் கணக்கில் எடுத்துக் கொள்வோமாயின், இந்த வேலைத்திட்டம் சில விவரங்களில் காலங் கடந்ததாகி விடுகிறது. கம்யூனானது முக்கியமாக ஒன்றை நிரூபித்துக் காட்டியது. அதாவது, 'ஏற்கெனவே தயார்நிலையிலுள்ள அரசு எந்திரத்தைத் தொழிலாளி வர்க்கம் வெறுமனே கைப்பற்றி, அப்படியே தன் சொந்த நோக்கங்களுக்காகப் பயன்படுத்திக்கொள்ள முடியாது'. (பார்க்கவும்: ஃபிரான்சில் உள்நாட்டுப் போர் - சர்வதேசத் தொழிலாளர் சங்கப் பொதுக்குழுவின் பேருரை, லண்டன், ட்ரூலவ், 1871. பக்கம் 15-இல் இந்த விவரம் மேலும் விரிவாக விளக்கப்பட்டுள்ளது). தவிரவும், சோஷலிச இலக்கியத்தைப் பற்றிய விமர்சனம் இன்றைய காலகட்டத்தைப் பொறுத்தவரை போதுமானதல்ல என்பது கூறாமலே விளங்கும். ஏனெனில் 1847-ஆம் ஆண்டு வரைதான் அதில் அலசப்பட்டுள்ளது. அதோடு, பல்வேறு எதிர்க்கட்சிகளுடன் கம்யூனிஸ்டுகளின் உறவுநிலை பற்றிய குறிப்புகள் (நான்காம் பிரிவு) கோட்பாட்டு அளவில் இன்றும் சரியானவையே. என்றாலுங்கூட, நடைமுறையில் காலங்

கடந்தவையே. காரணம், இன்றைக்கு அரசியல் நிலைமை முற்றிலும் மாறிவிட்டது. வரலாற்றில் ஏற்பட்டுள்ள முன்னேற்றமானது, அப்பிரிவில் பட்டியலிடப்பட்டுள்ள அரசியல் கட்சிகளில் மிகப் பெரும்பாலானவற்றைப் புவிப்பரப்பிலிருந்தே துடைத்தெறிந்துவிட்டது''.

''ஆனாலும் அறிக்கை ஒரு வரலாற்று ஆவணமாக ஆகிவிட்டது, இதைத் திருத்துவதற்கான எந்த உரிமையும் இனி எங்களுக்கு இல்லை''. மார்க்ஸின் ''மூலதனம்'' நூலின் பெரும்பகுதியை மொழிபெயர்த்தவரான திரு.சாமுவேல் மூர் தற்போதைய இந்த மொழிபெயர்ப்பினை உருவாக்கியுள்ளார். நாங்கள் இருவரும் சேர்ந்து இதனைத் திருத்தியமைத்தோம். வரலாற்றுக் குறிப்புகளை விளக்குகின்ற சில குறிப்புரைகளை நான் சேர்த்துள்ளேன்.

ஃபிரெடெரிக் ஏங்கெல்ஸ்

லண்டன், ஜனவரி 30, 1888.

1890-ஆம் ஆண்டின் ஜெர்மன் பதிப்புக்கு எழுதிய முகவுரை

மேற்கண்ட முகவுரை [1883-ஆம் ஆண்டு ஜெர்மன் பதிப்புக்குத் தான் எழுதிய முகவுரையை ஏங்கெல்ஸ் குறிப்பிடுகிறார்] எழுதப்பட்ட பிறகு, அறிக்கையின் ஒரு புதிய ஜெர்மன் பதிப்பு மீண்டும் அவசியமாகியுள்ளது. அத்துடன் அறிக்கைக்கும் நிறையவே நிகழ்ந்துள்ளன. அவற்றையும் இங்குப் பதிவு செய்தாக வேண்டும்.

வேரா ஸசூலிச் மொழிபெயர்த்த இரண்டாவது ரஷ்ய மொழிபெயர்ப்பு ஒன்று 1882-இல் ஜெனீவாவில் வெளியானது. அந்தப் பதிப்புக்கு மார்க்ஸும் நானும் முகவுரை எழுதினோம். துரதிர்ஷ்டவசமாக அம்முகவுரையின் மூல ஜெர்மன் கையெழுத்துப் பிரதி காணாமல் போய்விட்டது[20]. ஆகவே அதை நான் ரஷ்ய மொழியிலிருந்து திருப்பி மொழிபெயர்த்தாக வேண்டும். இது மூல உரையை எந்த வகையிலும் மேம்படுத்தப் போவதில்லை. அந்த முகவுரை வருமாறு:

கம்யூனிஸ்டுக் கட்சி அறிக்கையின் முதலாவது ருஷ்யப் பதிப்பு, பக்கூனின் மொழி பெயர்த்தது, அறுபதாம் ஆண்டுகளின் தொடக்கத்தில் கோலகல் ஏட்டின் அச்சகத்தால் வெளியிடப்பட்டது. மேலை நாட்டினரால் அப்போது அதில் (அறிக்கையின் அந்த ருஷ்யப் பதிப்பில்) ஓர் இலக்கிய ஆர்வத்தை மட்டுமே காண முடிந்தது. அத்தகைய ஒரு கண்ணோட்டம் இன்று சாத்தியமற்றது. அறிக்கையில், பல்வேறு நாடுகளில் பல்வேறு எதிர்க்கட்சிகள் தொடர்பாகக் கம்யூனிஸ்டுகளின் நிலைபாட்டை எடுத்துக்கூறும் கடைசிப் பிரிவு, அந்தக் காலத்தில் (1847 டிசம்பர்) பாட்டாளி வர்க்க இயக்கம் இன்னும்கூட எவ்வளவு குறுகிய களத்தினில் செயல்படுவதாக இருந்தது என்பதை மிகத் தெளிவாகவே எடுத்துக் காட்டுகிறது. குறிப்பாக ருஷ்யா, அமெரிக்க ஐக்கிய நாடுகள் ஆகியவை பற்றிய தகவல்கள் இப்பிரிவில் விடுபட்டுள்ளன. அனைத்து ஐரோப்பியப் பிற்போக்கின் கடைசிப் பெரும் கோட்டையாக ருஷ்யாவும், குடியேற்றத்தின் மூலம் ஐரோப்பாவின் உபரிப்

பாட்டாளி சக்திகளை ஈர்த்துக் கொள்ளும் நாடாக அமெரிக்க ஐக்கிய நாடும் இருந்துவந்த காலம் அது. இரு நாடுகளும் ஐரோப்பாவுக்கு மூலப்பொருள்களை வழங்கின. அதே வேளையில், ஐரோப்பியத் தொழிற்சாலைகளில் உற்பத்தியான பொருள்களின் விற்பனைச் சந்தைகளாகவும் விளங்கின. ஆகவே அக்காலகட்டத்தில் இரு நாடுகளும் ஏதேனும் ஒரு வகையில் அன்றைய ஐரோப்பிய அமைப்பின் ஆதாரத் தூண்களாய்த் திகழ்ந்தன.

இன்று நிலைமை எப்படி மாறிவிட்டது! ஐரோப்பியக் குடியேற்றம்தான் வட அமெரிக்காவின் மிகப்பெரும் விவசாயப் பொருளுற்பத்திக்குக் காரணமாக அமைந்தது. இந்த உற்பத்தி உருவாக்கிய போட்டியோ இன்று ஐரோப்பாவிலுள்ள சிறிதும் பெரிதுமான நிலவுடைமையின் அடித்தளங்களையே உலுக்கி வருகின்றது. அத்துடன், இதுநாள்வரை நிலவிவந்த, மேற்கு ஐரோப்பாவின், குறிப்பாக இங்கிலாந்தின் தொழில்துறை ஏகபோகத்தை வெகுவிரைவில் தகர்த்துவிடும் அளவுக்கு அத்தனை ஆற்றலோடும், அவ்வளவு பெரிய அளவிலும், அமெரிக்க ஐக்கிய நாடு தனது அளவிலாத் தொழில்துறை மூலாதாரங்களைப் பயன்படுத்திக் கொள்வதை இந்தக் குடியேற்றம் சாத்தியமாக்கியது. இவ்விரு நிலைமைகளும் அமெரிக்க நாட்டின்மீதே புரட்சிகரமான முறையில் எதிர்வினை ஆற்றுகின்றன. அரசியல் அமைப்பு முழுமைக்கும் அடிப்படையாக விளங்கும், விவசாயிகளின் சிறிய, நடுத்தர நிலவுடைமைகள், மிகப்பெரும் பண்ணைகளின் போட்டிக்குப் படிப்படியாகப் பலியாகின்றன. கூடவே, தொழிலகப் பிரதேசங்களில் பெருந்திரளான பாட்டாளி வர்க்கமும், வியத்தகு மூலதனக் குவிப்பும் முதன்முறையாக வளர்ச்சிபெற்று வருகின்றன.

இப்போது ருஷ்யாவைப் பாருங்கள்! 1848 – 49 ஆம் ஆண்டுப் புரட்சியின்போது ஐரோப்பிய முடியரசர்கள் மட்டுமல்ல, ஐரோப்பிய முதலாளித்துவ வர்க்கத்தினரும்கூட, அப்போதுதான் விழித்தெழத் தொடங்கியிருந்த பாட்டாளி வர்க்கத்திடமிருந்து தப்பிக்க, ருஷ்யத் தலையீடுதான் ஒரே தீர்வு என நம்பினர். ஜார் மன்னர் ஐரோப்பியப் பிற்போக்கின் தலைவராகப்

பிரகடனப்படுத்தப்பட்டார். இன்றைக்கு, அவர் புரட்சியின் போர்க்கைதியாக காட்சினாவில் (Gatchina) இருக்கிறார். ருஷ்யாவோ, ஐரோப்பாவில் புரட்சிகர நடவடிக்கையின் முன்னணிப் படையாகத் திகழ்கிறது.

வெகுவிரைவில் நிகழவிருக்கும், நவீன முதலாளித்துவச் சொத்துடைமையின் தவிர்க்கவியலாத் தகர்வினைப் பிரகடனப்படுத்துவதையே கம்யூனிஸ்டு அறிக்கை தனது நோக்கமாகக் கொண்டுள்ளது. ஆனால் ருஷ்யாவில், அதிவேகமாக வளர்ந்துவரும் முதலாளித்துவச் சுரண்டல், இப்போதுதான் வளரத் தொடங்கியுள்ள முதலாளித்துவ நிலவுடைமை ஆகியவற்றுடன் கூடவே, பாதிக்கும் மேற்பட்ட நிலம் விவசாயிகளின் பொது உடைமையாக இருப்பதை நாம் காண்கிறோம். இப்போதுள்ள கேள்வி இதுதான்: ருஷ்ய ஒப்ஷீனா (obshchina) [கிராமச் சமூகம்] அமைப்புமுறை வெகுவாகச் சிதைவுற்றிருப்பினும், புராதன நிலப் பொது உடைமையின் ஒரு வடிவமான இது, நேரடியாகக் கம்யூனிசப் பொது உடைமை என்னும் உயர்ந்த வடிவத்துக்கு வளர்ச்சியுறுமா? அல்லது அதற்கு மாறாக, மேற்கு நாடுகளின் வரலாற்று ரீதியான பரிணாம வளர்ச்சியாக அமைந்த, அதே சிதைந்தழியும் நிகழ்ச்சிப்போக்கை முதலில் அது கடந்து தீர வேண்டுமா?

இதற்கு, இன்றைக்குச் சாத்தியமாக இருக்கும் ஒரே பதில் இதுதான்: ருஷ்யப் புரட்சியானது மேற்கு நாடுகளில் ஒரு பாட்டாளி வர்க்கப் புரட்சிக்கு முன்னோடி ஆகி, இரண்டும் ஒன்றுக்கொன்று துணைநிற்குமாயின், நிலத்தின் மீதான தற்போதைய ருஷ்யப் பொது உடைமை, கம்யூனிச வளர்ச்சிக்கான தொடக்கப் புள்ளியாகப் பயன்படக்கூடும்.

கார்ல் மார்க்ஸ்,
ஃபிரெடெரிக் ஏங்கெல்ஸ்

லண்டன், ஜனவரி 21, 1882

ஏறத்தாழ இதே காலத்தில் ஒரு புதிய போலிஷ் பதிப்பு கம்யூனிஸ்டு அறிக்கை (Manifest Kommunistyczny) என்ற பெயரில் ஜெனீவாவில் வெளிவந்தது.

இதுதவிர, ஒரு புதிய டேனிஷ் மொழிபெயர்ப்பு 1885-ஆம் ஆண்டு சமூக-ஜனநாயக நூல்திரட்டு (Social-demokratisk Bibliothek) என்னும் தொகுப்பில் வெளியாகியுள்ளது. துரதிர்ஷ்டவசமாக அது முழுமை பெற்றதாக இல்லை. முக்கியத்துவம் கொண்ட சில வாசகங்கள் மொழிபெயர்ப்பாளருக்குக் கடினமாகத் தோன்றின போலும், எனவே அவை விடப்பட்டுள்ளன. அதோடுகூட, இங்கும் அங்கும் கவனக் குறைவின் அறிகுறிகளும் தென்படுகின்றன. மொழிபெயர்ப்பாளர் இன்னும் சற்றே கூடுதலான அக்கறை எடுத்திருந்தால் அவர் மிகவும் உன்னதமான ஒரு படைப்பைத் தந்திருக்க முடியும் என்பதை அவரது மொழிபெயர்ப்பு புலப்படுத்துகிறது. எனவே, அவரது கவனக் குறைவு வருத்தம் கொள்ளத்தக்க வகையில் மிகவும் வெளிப்படையாகத் தெரிகின்றது.

1885-ஆம் ஆண்டில் பாரிசில் சோஷலிஸ்டு (Le Socialiste) இதழில் ஒரு புதிய ஃப்ரெஞ்சு மொழிபெயர்ப்பு வெளிவந்தது. இன்றுவரை வெளியானவற்றுள் இதுவே மிகச் சிறந்த மொழிபெயர்ப்பாகும். இதிலிருந்து மொழிபெயர்க்கப்பட்ட ஸ்பானிஷ் பதிப்பு ஒன்று அதே ஆண்டில் வெளியானது. முதலில் மாட்ரிடில் சோஷலிஸ்டு (El Socialista) இதழில் வெளியானது. அதன்பின் பிரசுர வடிவில் மீண்டும் வெளியிடப்பட்டது: *Manifiesto del Partido Comunista por Carlos Marx y F.Engels, Madrid, Administracion de El Socialista, Hernan Cortes 8.* சுவாரஸ்யமான ஒரு விவரத்தையும் இங்குக் குறிப்பிடலாம் எனக் கருதுகிறேன். 1887-இல் ஆர்மீனிய மொழிபெயர்ப்பு ஒன்றின் கையெழுத்துப் பிரதி கான்ஸ்டான்டிநோப்பிளில் ஒரு பதிப்பாளரிடம் தரப்பட்டது. ஆனால், அந்த நல்ல மனிதரோ மார்க்ஸ் பெயரைத் தாங்கிய ஒரு படைப்பை வெளியிடும் துணிவைப் பெற்றிருக்கவில்லை. நூலாசிரியர் என தன்னுடைய சொந்தப் பெயரையே போட்டுக்கொள்ளுமாறு மொழிபெயர்ப்பாளருக்கு ஆலோசனை கூறினார். என்றாலும் மொழிபெயர்ப்பாளர் அதற்கு மறுத்துவிட்டார்.

ஒன்றைத் தொடர்ந்து மற்றொன்று எனக் கூடக்குறையத் துல்லியமற்ற பல அமெரிக்க மொழிபெயர்ப்புகள் இங்கிலாந்தில் மீண்டும் மீண்டும் மறுபதிப்புகளாக வெளியானபின்,

ஒருவழியாக 1888-இல் ஒரு நம்பகமான பதிப்பு வெளியானது. இதனை என் நண்பர் சாமுவேல் மூர் மொழிபெயர்த்திருந்தார். அச்சகத்துக்கு அனுப்புமுன் நாங்கள் இருவரும் சேர்ந்து மீண்டும் ஒருமுறை அதனைச் சரிபார்த்தோம். இந்தப் பதிப்பின் தலைப்பு: *Manifesto of the Communist Party, by Karl Marx and Frederick Engels. Authorised English Translation, edited and annotated by Frederick Engels, 1888, London, William Reeves, 185 Fleet st., E.C.* அந்தப் பதிப்பின் குறிப்புகள் சிலவற்றை தற்போதைய இந்தப் பதிப்பில் சேர்த்துள்ளேன்.

அறிக்கையானது தனக்கே உரிய ஒரு வரலாற்றைக் கொண்டுள்ளது. அது வெளிவந்த காலத்தில், இன்னும் அதிக எண்ணிக்கையைத் தொடாத, அப்போதிருந்த [குறைந்த எண்ணிக்கையிலான] விஞ்ஞான சோஷலிச முன்னணிப் படையினர் ஆர்வத்தோடு அதனைக் கொண்டாடினர் (முதலாவது முகவுரையில் குறிப்பிட்டுள்ள மொழிபெயர்ப்புகளின் விவரம் இதனை உறுதிப்படுத்துகிறது). 1848 ஜூனில் பாரிஸ் தொழிலாளர்களுக்கு ஏற்பட்ட தோல்வியைத் தொடர்ந்து உருவான பிற்போக்குச் சக்திகளால் மிக விரைவிலேயே அறிக்கை பின்னிலைக்குத் தள்ளப்பட்டது. முடிவாக, 1852 நவம்பரில் கொலோன் கம்யூனிஸ்டுகளுக்குத் தண்டனை விதிக்கப்பட்டதன் காரணமாக [பிந்தைய முகவுரை ஒன்றில் கொலோன் கம்யூனிஸ்டு வழக்கு பற்றி விளக்கமாகக் கூறப்படுகிறது], "சட்டத்தின்படி" அது தீண்டாத் தகாததாக தள்ளி வைக்கப்பட்டது. பிப்ரவரிப் புரட்சியைத் தொடர்ந்து, தொழிலாளர்களின் இயக்கம் பொது அரங்கிலிருந்து மறைந்தது. அத்துடன் கூடவே, அறிக்கையும் பின்னிலைக்குப் போய்ச்சேர்ந்தது.

ஆளும் வர்க்கங்களுடைய அதிகாரத்தின்மீது ஒரு புதிய தாக்குதலுக்குப் போதுமான பலத்தை ஐரோப்பியத் தொழிலாளி வர்க்கம் மீண்டும் திரட்டியபோது, சர்வதேசத் தொழிலாளர் சங்கம் [அகிலம்] உருப்பெற்றது. ஐரோப்பாவையும் அமெரிக்காவையும் சேர்ந்த போர்க்குணம் மிக்க தொழிலாளி வர்க்கம் முழுவதையும் ஒரே பெரும் படையாக ஒன்றிணைப்பதே இச்சங்கத்தின் குறிக்கோளாக இருந்தது. ஆகையால், அறிக்கையில் வகுத்துரைக்கப்பட்ட

கோட்பாடுகளிலிருந்து தொடங்க இயலவில்லை. ஆங்கிலேயத் தொழிற்சங்கங்களுக்கும், ஃபிரான்சு, பெல்ஜியம், இத்தாலி, ஸ்பெயின் ஆகிய நாடுகளைச் சேர்ந்த புரூதோன் (Proudhon) ஆதரவாளர்களுக்கும், ஜெர்மன் நாட்டு லஸ்ஸாலியர்களுக்கும் (Lassalleans)[3] கதவை அடைத்துவிடாத வேலைத்திட்டம் ஒன்றையே அகிலமானது கடைப்பிடிக்க வேண்டிய கட்டாயம் இருந்தது. அகிலத்தின் சட்டதிட்டங்களுக்கு முகவுரையாக அமைந்த இந்த வேலைத்திட்டத்தை மார்க்ஸ், பக்கூனினும் அராஜகவாதிகளும்கூட ஏற்றுக்கொள்ளும் வகையில், மேதமையுடன் வரைந்து கொடுத்தார். அறிக்கையில் வரையறுக்கப்பட்டுள்ள கொள்கைகளின், முடிவான பெரும்வெற்றிக்கு, மார்க்ஸ், தொழிலாளி வர்க்கத்தின் அறிவுநுட்ப வளர்ச்சி ஒன்றை மட்டுமே முற்றாக நம்பினார். ஒன்றிணைந்த செயல்பாடு, பரஸ்பரக் கலந்துரையாடல் ஆகியவற்றின்மூலம் அத்தகு வளர்ச்சி நிச்சயமாய் நிகழ்ந்தாக வேண்டும். ஆதலால், மூலதனத்துக்கு எதிரான போராட்டத்தின் நிகழ்வுகளும், சாதக பாதகச் சூழ்நிலைகளும், வெற்றிகளையும்விட அதிகமாகத் தோல்விகளும், சகல நோய்தீர்க்கும் சஞ்சீவிகள் என இதுநாள்வரை போராளிகள் எண்ணியவை போதுமானவை அல்ல என்பதை அவர்களுக்கு உணர்த்தும். தொழிலாளர்களின் விடுதலைக்கான மெய்யான நிலைமைகளைப் பற்றிய ஒரு தெளிவான புரிதலுக்கு அவர்களின் மனங்களைப் பெரிதும் பக்குவமுடையதாக ஆக்கும் என மார்க்ஸ் கருதினார். மார்க்ஸின் எண்ணம் சரியாகவே இருந்தது. அகிலம் கலைக்கப்பட்ட 1874-ஆம் ஆண்டு இருந்த தொழிலாளி வர்க்கம், அகிலம் தொடங்கப்பட்ட 1864-ஆம் ஆண்டின் தொழிலாளி வர்க்கத்திலிருந்து முற்றிலும் வேறுபட்டதாக இருந்தது.

---

3 லஸ்ஸால் (Lassalle) எங்களிடம் தனிப்பட்ட முறையில் எப்போதும் தம்மை மார்க்சின் ”சீடர்” என்றே கூறி வந்துள்ளார். அதன்படியே அவர் பெரும்பாலும் அறிக்கையின் கோட்பாடுகளுக்கு இணங்கவே செயல்பட்டார். அவரைப் பின்பற்றியவர்களைப் பொறுத்தவரை நிலைபாடு முற்றிலும் வேறாக இருந்தது. அரசுக் கடன் உதவியுடன் நடத்தப்படும் கூட்டுறவுத் தொழிற்கூடங்களுக்கான (Co-operative Workshops) லஸ்ஸாலின் கோரிக்கைக்கு அப்பால் அவர்கள் செல்லவில்லை. அவர்கள் ஒட்டுமொத்தத் தொழிலாளி வர்க்கத்தையும் அரசு உதவியின் ஆதரவாளர்கள், சுய-உதவியின் ஆதரவாளர்கள் எனப் பிரித்துவிட்டனர். [ஏங்கெல்ஸ் எழுதிய குறிப்பு].

லத்தீனிய நாடுகளில் புரூதோனியமும், ஜெர்மனியில் அதற்கே உரிய தனிவகை லஸ்ஸாலியமும் மறைந்து கொண்டிருந்தன. கடைந்தெடுத்த பழைமைவாதப் போக்குள்ள ஆங்கிலேயத் தொழிற்சங்கங்கள்கூடப் படிப்படியாக முன்னேறி, 1887-இல் அவற்றின் ஸ்வான்சி மாநாட்டுத் தலைவர், ''[ஐரோப்பா] கண்டத்து சோஷலிசத்திடம் எமக்கிருந்த அச்சமெல்லாம் மறைந்துவிட்டது'' என்று, அவற்றின் சார்பில் அறிவிக்கத் துணியும் அளவுக்கு வந்திருக்கின்றன. என்றாலும் [ஐரோப்பா] கண்டத்து சோஷலிசமானது, 1887-ஆம் ஆண்டுவாக்கில், ஏறத்தாழ முற்ற முழுக்க, முன்பு அறிக்கையில் கட்டியங்கூறிய அதே கொள்கையைக் குறிப்பதாக இருந்தது. இவ்வாறாக, அறிக்கையின் வரலாறானது 1848-ஆம் ஆண்டுக்குப் பிறகான நவீனத் தொழிலாளி வர்க்க இயக்கத்தின் வரலாற்றை ஓரளவுக்குப் பிரதிபலிக்கிறது எனலாம். ஐயத்துக்கு இடமின்றி, அறிக்கைதான், தற்போது சோஷலிச இலக்கியங்கள் அனைத்தினுள்ளும் மிகப்பரந்த அளவில் வினியோகிக்கப்பட்ட, மிகவும் சர்வதேசத் தன்மைகொண்ட படைப்பாகத் திகழ்கிறது. சைபீரியாவிலிருந்து கலிஃபோர்னியாவரையுள்ள அனைத்து நாடுகளின் கோடானு கோடித் தொழிலாளர்களுடைய பொது வேலைத்திட்டமாக விளங்குகிறது.

இருந்தபோதிலும், அறிக்கை வெளியானபோது, அதனை நாங்கள் சோஷலிஸ்டு அறிக்கை என அழைக்க முடியவில்லை. 1847-இல் இரண்டு வகையினர் சோஷலிஸ்டுகள் எனக் கருதப்பட்டனர். ஒருபுறம் பல்வேறு கற்பனாவாதக் கருத்தமைப்புகளின் ஆதரவாளர்கள் இருந்தனர். குறிப்பாக, இங்கிலாந்தில் ஓவனியர்கள், ஃபிரான்சில் ஃபூரியேயர்கள். இவ்விரு வகையினரும் அக்காலத்திலேயே குறுங்குழுக்கள் நிலைக்குச் சுருங்கிப் படிப்படியாக மறைந்து கொண்டிருந்தனர். மறுபுறம் மிகப் பல்வேறு வகைப்பட்ட சமூகப் புரட்டல்வாதிகள் இருந்தனர். மூலதனத்துக்கும் லாபத்துக்கும் இம்மியளவும் தீங்கு நேராதபடி, இவர்கள் தமது சகல நோய்நீக்கும் சஞ்சீவிகள் மூலமும் அனைத்துவகை சில்லறை ஒட்டு வேலைகள் மூலமும் சமூகக் கேடுகளைக் களைய விரும்பினர். இவ்விரு வகையினரும் தொழிலாளர் இயக்கத்துக்கு வெளியே இருந்தவர்கள். 'படித்த' வகுப்பாரின் ஆதரவையே அதிகமாக

நாடியவர்கள். என்றாலும் தொழிலாளி வர்க்கத்தின் ஒரு பகுதி சமுதாய அமைப்பைத் தீவிரமாக மாற்றி அமைக்க வேண்டுமெனக் கோரியது. வெறும் அரசியல் புரட்சிகள் மட்டும் போதாது என்பதை அது தீர்க்கமாக உணர்ந்திருந்தது. இப்பகுதி அன்று தன்னைக் கம்யூனிஸ்டு என்று அழைத்துக் கொண்டது. இன்னமும் அது, செழுமைப்படாத, முற்றிலும் உள்ளுணர்வு வகைப்பட்ட, பல வேளைகளில் பெரும்பாலும் பக்குவமற்ற ஒரு கம்யூனிசமாகவே இருந்தது. என்றாலும் அது, ஃபிரான்சில் காபேயின் 'ஐகேரியக்' கம்யூனிசம், ஜெர்மனியில் வைட்லிங்கின் கம்யூனிசம் ஆகிய இரண்டு கற்பனாவாதக் கம்யூனிச அமைப்புகளைத் தோற்றுவிக்கும் அளவுக்கு ஆற்றல் வாய்ந்ததாக விளங்கியது. 1847-இல் சோஷலிசம் என்பது முதலாளித்துவ வர்க்க இயக்கத்தையும் [வேறொரு முகவுரையில் நடுத்தர வர்க்க இயக்கம் எனக் குறிப்பிட்டுள்ளார்], கம்யூனிசம் என்பது தொழிலாளி வர்க்க இயக்கத்தையும் குறிப்பனவாக இருந்தன. சோஷலிசமானது, குறைந்தபட்சம் [ஐரோப்பா] கண்டத்தில் மிகவும் மரியாதைக்கு உரியதாக விளங்கியது, ஆனால் கம்யூனிசமோ அதற்கு நேர்மாறானதாக இருந்தது. நாங்கள் மிகத் தொடக்க காலம்தொட்டே, 'தொழிலாளி வர்க்கத்தின் விடுதலை என்பது தொழிலாளி வர்க்கத்தின் செயல்பாட்டால்தான் பெறப்பட்டாக வேண்டும்'[21] என்ற தீர்மானகரமான கருத்தோட்டத்தைக் கொண்டிருந்தோம். எனவே, [சோஷலிசம், கம்யூனிசம் என்கிற] இரண்டு பெயர்களுள் எதைத் தேர்ந்தெடுத்துக்கொள்ள வேண்டும் என்பது குறித்து அன்றைக்கு எங்களிடம் எவ்விதத் தயக்கமும் இருந்திருக்க முடியாது. அன்றுமுதல் இன்றுவரை அப்பெயரை நிராகரிக்கும் எண்ணம் ஒருபோதும் எங்களுக்கு ஏற்பட்டதில்லை.

"உலகத் தொழிலாளர்களே, ஒன்றுசேருங்கள்!" [அடிக்குறிப்பு எண் 52 காண்க] நாற்பத்து இரண்டு ஆண்டுகளுக்கு முன்பு, பாட்டாளி வர்க்கம் தனது சொந்தக் கோரிக்கைகளை முன்வைத்துத் திரண்டெழுந்த அந்த முதலாவது பாரிஸ் புரட்சியின் தறுவாயில், நாங்கள் இந்த முழக்கத்தை உலகத்துக்குப் பிரகடனம் செய்தபோது, மிகச்சில ஆதரவுக் குரல்களே எழுந்தன. என்றாலும், 1864 செப்டம்பர் 28-இல் பெரும்பாலான மேற்கு ஐரோப்பிய நாடுகளின் பாட்டாளி

மக்கள், பெருமைமிக்க நினைவுக்குரிய சர்வதேசத் தொழிலாளர் சங்கத்தில் [முதலாவது அகிலம்] கைகோத்து நின்றார்கள். இந்த அகிலம் ஒன்பது ஆண்டுகளே நீடித்தது என்பது உண்மைதான். ஆனால் அது உருவாக்கிய, அனைத்து நாட்டுப் பாட்டாளிகளின் அழிவில்லா ஐக்கியமானது இன்னும் நிலைத்து நிற்கிறது, எப்போதையும்விட வலிமைமிக்கதாக வாழ்கிறது என்பதற்கு இன்றைய நாளைவிட வேறு சிறந்த சாட்சி ஏதுமில்லை. காரணம், இந்த வரிகளை நான் எழுதிக் கொண்டிருக்கும் இன்றைய தினம்[22], ஐரோப்பாவையும் அமெரிக்காவையும் சேர்ந்த பாட்டாளி வர்க்கம் தனது போரிடும் சக்திகளை மேலாய்வு செய்து வருகின்றது. இந்தப் போராட்ட சக்திகள் முதன்முதலாகத் திரட்டப்பட்டுள்ளன. அதுவும் ஒரே படையணியாக, ஒரே கொடியின் கீழ், ஒரே உடனடிக் குறிக்கோளுக்காகத் திரட்டப்பட்டுள்ளன. 1866-இல் அகிலத்தின் ஜெனீவா மாநாட்டிலும், மீண்டும் 1889-இல் பாரிஸ் தொழிலாளர் மாநாட்டிலும் பிரகடனப்படுத்தியதைப்போல், ஒரே மாதிரியான எட்டு மணிநேர வேலைநாள் என்பதை முறையாகச் சட்டம் இயற்றி நிலைநாட்ட வேண்டும் என்பதே அந்தக் குறிக்கோள் ஆகும். இன்றைய இந்தக் காட்சி, அனைத்து நாடுகளின் தொழிலாளர்களும் இன்றைக்கு மெய்யாகவே ஒன்று சேர்ந்துவிட்டார்கள் என்கிற உண்மையை, அனைத்து நாடுகளின் முதலாளிகளும் நிலப்பிரபுக்களும் காணும் வண்ணம் அவர்களின் கண்களைத் திறக்கும்.

இதனை மார்க்ஸ் அவர்கள் தம் கண்கொண்டு நேரில் கண்டு களிக்க இப்போது என் பக்கத்தில் இருந்தால் எவ்வளவு நன்றாயிருக்கும்!

ஃபிரெடெரிக் ஏங்கெல்ஸ்

லண்டன், மே 1, 1890.

1892-ஆம் ஆண்டின் போலிஷ் பதிப்புக்கு எழுதிய முகவுரை

கம்யூனிஸ்டு அறிக்கையின் ஒரு புதிய போலிஷ் பதிப்புக்குத் தேவை ஏற்பட்டுள்ளது என்கிற உண்மை பல்வேறு சிந்தனைகளை எழுப்பியுள்ளது.

அனைத்துக்கும் முதலாவதாக, அண்மைக் காலமாகவே, அறிக்கையானது ஐரோப்பாக் கண்டத்தில் பெருவீதத் தொழில்துறையின் வளர்ச்சியைக் காட்டும் ஒரு சுட்டுகைபோல (index) ஆகியிருப்பது குறிப்பிடத் தக்கதாகும். ஒரு குறிப்பிட்ட நாட்டில் பெருவீதத் தொழில்துறை விரிவடையும் அதே அளவுக்கு, அந்நாட்டுத் தொழிலாளர்களிடையே, உடைமை வர்க்கங்கள் தொடர்பாகத் தொழிலாளி வர்க்கம் என்ற முறையில் அவர்களின் நிலைபாடு குறித்துத் தெளிவுபெற வேண்டிய தேவையும் வளர்கின்றது. சோஷலிச இயக்கம் அவர்களிடையே பரவுகின்றது. அறிக்கைக்கான தேவையும் அதிகரிக்கின்றது. இவ்வாறு, ஒவ்வொரு நாட்டிலும், அந்த நாட்டு மொழியில் வினியோகமாகின்ற அறிக்கையினுடைய பிரதிகளின் எண்ணிக்கையைக் கொண்டு, அந்நாட்டுத் தொழிலாளர் இயக்கத்தின் நிலையை மட்டுமன்றிப் பெருவீதத் தொழில்துறையின் வளர்ச்சி நிலையைக்கூடப் பெருமளவு துல்லியமாக அளவிட்டுவிட முடியும்.

அதன்படி, புதிய போலிஷ் பதிப்பானது, போலிஷ் தொழில்துறை குறிப்பிடத்தக்க முன்னேற்றம் கண்டிருப்பதைச் சுட்டிக் காட்டுகிறது. மேலும், பத்து ஆண்டுகளுக்கு முன்பு முந்தைய பதிப்பு வெளிவந்த பிறகே இந்த முன்னேற்றம் ஏற்பட்டுள்ளது என்பதில் எவ்வித ஐயமும் இல்லை. காங்கிரஸ் போலந்து[23] எனப்படும் ருஷ்யப் போலந்துப் பகுதி, ருஷ்யப் பேரரசின் பெரிய தொழில்துறை மண்டலமாக மாறியுள்ளது. ருஷ்யாவின் பெருவீதத் தொழில்துறை அங்குமிங்குமாகச் சிதறுண்டு கிடக்கிறது. ஒரு பகுதி பின்லாந்து வளைகுடாவைச் சுற்றிலும், வேறொன்று மையப் பகுதியிலும் (மாஸ்கோ, விளாதிமீர்), மூன்றாவது, கருங்கடல், அஸோவ்கடல் கரையோரங்களிலும்,

மற்றும்சில வேறு பகுதிகளிலும் அமைந்துள்ளன. அதே வேளையில், போலந்தின் தொழில்துறை, ஒப்பீட்டளவில் ஒரு சிறிய பரப்புக்குள் நெருக்கமாக அமைந்துள்ளது. அத்தகைய ஒருங்குகுவிப்பினால் விளைகின்ற சாதக, பாதகங்களை ஒருசேர அனுபவிக்கிறது. போட்டியிடும் ருஷ்யத் தொழிலதிபர்கள், போலிஷ் மக்களை ருஷ்யர்களாக மாற்றுவதில் ஆர்வம்மிக்க விழைவு கொண்டோராக இருப்பினும் அதனையும் மீறி, போலந்துக்கு எதிராகக் காப்புச் சுங்கவரிகள் சுமத்த வேண்டுமெனக் கோரியதன் மூலம், அதன் சாதகக் கூறுகளை உறுதி செய்கின்றனர். போலிஷ் தொழிலதிபர்களுக்கும், ருஷ்ய அரசாங்கத்துக்கும் இருக்கின்ற பாதகக் கூறுகள், போலிஷ் தொழிலாளர்களிடையே சோஷலிசக் கருத்துகள் அதிவேகமாகப் பரவுவதிலும், அறிக்கையின் வளர்ந்துவரும் செல்வாக்கிலும் வெளிப்படுகின்றன.

ருஷ்யத் தொழில்துறை வளர்ச்சியை விஞ்சிச் செல்லும் போலிஷ் தொழில்துறையின் அதிவேக வளர்ச்சியானது, அதனளவில் போலிஷ் மக்களுடைய வற்றாத உள்ளாற்றலின் ஒரு புதிய நிரூபணமாகும். விரைவில் நடந்தேறப் போகும் போலந்தின் தேசிய மீட்சிக்கு ஒரு புதிய உத்தரவாதமும் ஆகும். மேலும், ஒரு சுதந்திரமான வலுமிக்க போலந்து மீண்டெழுவது போலிஷ் மக்களுக்கு மட்டுமன்றி, நம் எல்லோரின் அக்கறைக்கும் உரிய விஷயமாகும். ஐரோப்பிய நாடுகளிடையே உளப்பூர்வமான சர்வதேச ஒத்துழைப்பு என்பது, அந்நாடுகள் ஒவ்வொன்றும் தன்னளவில் முழுமையாகத் தன்னாட்சி பெற்றிருந்தால் மட்டுமே சாத்தியமாகும். பாட்டாளி வர்க்கப் பதாகையின்கீழ் நடைபெற்ற 1848-ஆம் ஆண்டுப் புரட்சியானது, மிஞ்சிப் போனால், பாட்டாளி வர்க்கப் போராளிகளை வெறுமனே முதலாளித்துவ வர்க்கத்தின் வேலையைச் செய்யவைத்தது. புரட்சியின் இறுதி விருப்ப ஆவண நிறைவேற்றாளர்களளான (testamentary executors) லூயி போனப்பார்ட்[24], பிஸ்மார்க்[25] இவர்கள் மூலமாக இத்தாலி, ஜெர்மனி, ஹங்கேரி ஆகிய நாடுகளுக்குச் சுதந்திரம் பெற்றுத் தந்தது. இம்மூன்று நாடுகளும் சேர்ந்து செய்ததைவிடப் புரட்சிக்காக 1792 முதலே போலந்து நாடு அதிகமாகச் செய்துள்ளது. ஆனால், 1863-இல் தன்னிலும் பத்து மடங்கு பெரிதான ருஷ்யப் படையிடம் தோற்றபோது, போலந்து

நாடு அதன் சொந்தப் படைபலத்தோடு மட்டுமே களத்தில் விடப்பட்டது.[26] போலிஷ் பிரபுக்குலத்தால் போலந்தின் சுதந்திரத்தைப் பேணிக் பாதுகாக்கவோ, [பறிபோனபின்] மீட்டெடுக்கவோ முடியவில்லை. குறைந்தபட்சமாகச் சொல்வதெனில், இன்று முதலாளித்துவ வர்க்கத்துக்கு இந்தச் சுதந்திரம் ஒரு பொருட்டன்று. என்றபோதிலும், ஐரோப்பிய நாடுகளின் இணக்கமான ஒத்துழைப்புக்குப் போலந்தின் சுதந்திரம் இன்றியமையாதது. போலந்தின் இளம் பாட்டாளி வர்க்கத்தால் மட்டுமே இந்தச் சுதந்திரத்தைப் பெற்றுத்தர முடியும். அதன் கைகளில் இந்தச் சுதந்திரம் பாதுகாப்பாக இருக்கும். போலந்தின் சுதந்திரம் போலந்துத் தொழிலாளர்களுக்கு எந்த அளவுக்குத் தேவையோ அதே அளவுக்கு அது ஐரோப்பாவின் மீதமுள்ள பகுதிகள் அனைத்திலுமுள்ள தொழிலாளர்களுக்கும் தேவையானதாகும்.

ஃபிரெடெரிக் ஏங்கெல்ஸ்

லண்டன், பிப்ரவரி 10, 1892.

1893-ஆம் ஆண்டின் இத்தாலியப் பதிப்புக்கு எழுதிய முகவுரை

இத்தாலிய வாசகருக்கு,

கம்யூனிஸ்டுக் கட்சி அறிக்கை வெளியான நிகழ்வு, மிலானிலும் பெர்லினிலும் புரட்சிகள் நடைபெற்ற 1848, மார்ச் 18-ஆம் நாளுடன் ஒன்றிப் போனதாகச் சொல்லலாம். அப்புரட்சிகள், ஒன்று ஐரோப்பாக் கண்டத்தின் மையத்திலும் மற்றொன்று மத்தியதரைக் கடற்பகுதியின் மையத்திலுமாக அமைந்த இரு தேசங்களின் ஆயுதம் ஏந்திய எழுச்சிகளாகும். இரு தேசங்களும் அதுநாள்வரை பிரிவினையாலும் உட்பூசலாலும் நலிவுற்று, அதன் காரணமாக அந்நிய ஆதிக்கத்தின்கீழ் விழுந்து கிடந்தன. இத்தாலியானது ஆஸ்திரியப் பேரரசருக்கு அடிமைப்பட்டுக் கிடந்தது. ஜெர்மனியோ அனைத்து ருஷ்ய ஜார் மன்னரின் நுகத்தடியில் சிக்குண்டு கிடந்தது. [ஜெர்மனியின் அடிமைநிலை இத்தாலியின் நிலையையைவிட] அதிக மறைமுகமானது எனினும், செயல்விளைவில் அதைவிடக் குறைந்ததில்லை. 1848 மார்ச் 18-இன் விளைவுகள் இத்தாலி, ஜெர்மனி நாடுகளை இந்த அவக்கேட்டிலிருந்து விடுவித்தன. இந்த மாபெரும் தேசங்கள் இரண்டும், 1848 முதல் 1871 வரையிலான காலப்பகுதியில் மீட்டமைக்கப் பெற்று, எப்படியோ அவை மீண்டும் தம் சொந்தக் காலில் நிற்க முடிந்தது. அதற்குக் காரணம், கார்ல் மார்க்ஸ் அடிக்கடி கூறிவந்ததுபோல், 1848-ஆம் ஆண்டுப் புரட்சியை ஒடுக்கியவர்களே, அவர்களையும் மீறி, அந்தப் புரட்சியினுடைய இறுதி விருப்ப ஆவணத்தின் நிறைவேற்றாளர்களாகவும் (testamentary executors) இருந்ததே ஆகும்.

எங்கெங்கும் அந்தப் புரட்சி தொழிலாளி வர்க்கத்தின் செயலாகவே இருந்தது, வீதிகளில் தடுப்பரண்கள் அமைத்து, உயிர்க்குருதி சிந்திப் போராடியது தொழிலாளி வர்க்கம்தான். ஆனால், பாரிஸ் தொழிலாளர்கள் மட்டும்தான் அரசாங்கத்தை வீழ்த்துகையில் முதலாளித்துவ ஆட்சியமைப்பைத் தகர்த்திடும் மிகத் திட்டவட்டமான நோக்கத்தைக் கொண்டிருந்தனர். தம் சொந்த வர்க்கத்துக்கும் முதலாளித்துவ வர்க்கத்துக்கும் இடையில்

நிலவும் ஜென்மப் பகையை அவர்கள் உணர்ந்திருந்தனர். ஆனாலும்கூட, நாட்டின் பொருளாதார முன்னேற்றமோ, பெருந்திரளான ஃப்பிரெஞ்சுத் தொழிலாளர்களின் அறிவுசார் வளர்ச்சியோ சமுதாயப் புனர்நிர்மாணத்தைச் சாத்தியமாக்கும் கட்டத்தினை இன்னும் எட்டவில்லை. எனவே, முடிவில் புரட்சியின் பலன்களை முதலாளித்துவ வர்க்கம் அறுவடை செய்துகொண்டது. இத்தாலி, ஜெர்மனி, ஆஸ்திரியா போன்ற பிற நாடுகளில், மிகத் தொடக்கத்திலிருந்தே, தொழிலாளர்கள் முதலாளித்துவ வர்க்கத்தை ஆட்சி அதிகாரத்துக்கு உயர்த்தியதைத் தவிர வேறெதுவும் செய்யவில்லை. ஆனால், தேச விடுதலை இல்லாமல், எந்த நாட்டிலும் முதலாளித்துவ வர்க்கத்தின் ஆட்சி சாத்தியமன்று. எனவே, 1848-ஆம் ஆண்டுப் புரட்சி, அதுவரையில் ஐக்கியமும் தன்னாட்சியும் பெறாதிருந்த தேசங்களுக்கு அவற்றைப் பெற்றுத் தரவேண்டியிருந்தது. இத்தாலி, ஜெர்மனி, ஹங்கேரி ஆகியவை இவ்வாறே அவற்றைப் பெற்றன. அந்த வரிசையில் போலந்தும் பின்தொடரும்.

இவ்வாறாக, 1848-ஆம் ஆண்டுப் புரட்சி, சோஷலிசப் புரட்சியாக இருக்கவில்லை. என்றாலும், அது சோஷலிசப் புரட்சிக்குப் பாதை அமைத்துக் கொடுத்தது; அதற்கான அடிப்படையை உருவாக்கித் தந்தது. அனைத்து நாடுகளிலும் பெருவீதத் தொழில்துறைக்கு ஊக்கம் அளித்ததன் மூலம், முதலாளித்துவ ஆட்சியமைப்பு, கடந்த நாற்பத்தைந்து ஆண்டுகளில், எண்ணிறந்த, ஒன்றுதிரண்டுள்ள, சக்திமிக்க பாட்டாளி வர்க்கத்தை எங்கெங்கும் தோற்றுவித்துள்ளது. இவ்வாறாக, முதலாளித்துவ வர்க்கம், அறிக்கையின் மொழியில் சொல்வதெனில், தனக்குச் சவக்குழி தோண்டுவோரைத் தானே வளர்த்தெடுத்துள்ளது. ஒவ்வொரு தேசத்துக்கும் தன்னாட்சியையும் ஐக்கியத்தையும் மீட்டளிக்காமல், பாட்டாளி வர்க்கத்தின் சர்வதேச ஒற்றுமையையும், பொதுவான லட்சியங்களை நோக்கிய, இந்தத் தேசங்களின் சமாதான வழிப்பட்ட அறிவார்ந்த ஒத்துழைப்பையும் வென்றெடுப்பது சாத்தியமாக இருக்காது. 1848-ஆம் ஆண்டுக்கு முன்பு நிலவிய அரசியல் நிலைமைகளில் இத்தாலிய, ஹங்கேரிய, ஜெர்மானிய, போலிஷ், ருஷ்யத் தொழிலாளர்கள் கூட்டான சர்வதேச

நடவடிக்கையை எடுத்திருக்க முடியுமா என்பதைச் சற்றே எண்ணிப் பாருங்கள்!

ஆகவே, 1848-இல் புரியப்பட்ட சமர்கள் வீண்போகவில்லை. அந்தப் புரட்சிகர சகாப்தத்துக்குப் பின் கடந்துபோன நாற்பத்தைந்து ஆண்டுகளும் பயனின்றிக் கழிந்துவிடவில்லை. அவற்றின் பலன்கள் கனிந்து வருகின்றன. நான் விரும்புவதெல்லாம், மூலப் பதிப்பின் வெளியீடு சர்வதேசப் புரட்சிக்குக் கட்டியங் கூறியதைப்போல, இந்த இத்தாலிய மொழிபெயர்ப்பின் வெளியீடு, இத்தாலியப் பாட்டாளி வர்க்கத்தின் வெற்றிக்குக் கட்டியங் கூறுவதாக.

முதலாளித்துவம், கடந்த காலத்தில் ஆற்றிய புரட்சிகரப் பங்கினை அறிக்கை நியாயத்துடன் எடுத்துரைக்கிறது. இத்தாலியே முதலாவது முதலாளித்துவ தேசம் ஆகும். நிலப்பிரபுத்துவ மத்திய காலத்தின் முடிவையும், நவீன முதலாளித்துவ சகாப்தத்தின் பிறப்பையும் குறித்துக் காட்டிய மாமனிதன் ஓர் இத்தாலியனே. அவனே மத்திய காலத்தின் கடைசிக் கவிஞனும் நவீன காலத்தின் முதற் கவிஞனுமான தாந்தே (Dante) ஆவான். 1300-ஆம் ஆண்டில் நிகழ்ந்தது போன்றே இன்று ஒரு புதிய வரலாற்றுச் சகாப்தம் நெருங்கி வருகின்றது. இந்தப் புதிய, பாட்டாளி வர்க்கச் சகாப்தத்தின் பிறப்பைக் குறித்துக்காட்டும் ஒரு புதிய தாந்தேயை இத்தாலி நமக்குத் தருமா?

ஃபிரெடெரிக் ஏங்கெல்ஸ்

லண்டன், பிப்ரவரி 1, 1893.

அடிக் குறிப்புகள்:

[1] கம்யூனிஸ்டுக் கழகம் (Communist Leaguge): மார்க்ஸ், எங்கெல்ஸ் தோற்றுவித்த முதல் சர்வதேசக் கம்யூனிஸ்டு அமைப்பு. இது 1847 முதல் 1852 வரை நிலவியது.

[2] பிப்ரவரிப் புரட்சி: ஃபிரான்ஸ் நாட்டில் 1848 பிப்ரவரியில் நடைபெற்ற புரட்சியைக் குறிக்கிறது. அதே ஆண்டு ஜூன் மாதம் தொழிலாளர்கள் தலைமையில் இன்னோர்

எழுச்சி நடைபெற்றதால் இது 'பிப்ரவரிப் புரட்சி' என
அழைக்கப்படுகிறது.

[3] சிவப்புக் குடியரசுவாதி (The Red Republician): ஜார்ஜ் ஜூலியன்
ஹார்னி என்பவர் 1850 ஜூன் முதல் நவம்பர் வரை லண்டனில்
வெளியிட்ட 'சாசன இயக்க' (Chartist Movement) வார இதழ்.
1850 நவம்பர் மாதம் இதன் 21-24 இதழ்களில் 'கம்யூனிஸ்டுக்
கட்சி அறிக்கை' சுருக்கமான வடிவில் வெளியானது.

[4] ஜூன் எழுச்சி: ஃபிரான்ஸ் நாட்டில் பாரிஸ் நகரில் 1848
ஜூன் 23-26 தேதிகளில் நடைபெற்ற தொழிலாளர்களின்
வீரஞ்செறிந்த புரட்சிகர எழுச்சியைக் குறிக்கிறது. இதை
ஃபிரெஞ்சு முதலாளித்துவ வர்க்கம் மிகவும் மிருகத்தனமான
முறையில் கொடுமையாக அடக்கியது. இந்தப் புரட்சிகர
எழுச்சிதான் பாட்டாளி வர்க்கத்துக்கும் முதலாளித்துவ
வர்க்கத்துக்கும் இடையிலான முதல் மாபெரும் உள்நாட்டுப்
போராகும்.

[5] 'சோஷலிஸ்டு' (Le Socialiste) வார இதழ்: நியூயார்க்கில்
1871 அக்டோபர் முதல் 1873 மே வரை ஃபிரெஞ்சு மொழியில்
வெளிவந்த பத்திரிக்கை. அகிலத்தின் வட அமெரிக்கக்
கூட்டமைப்பில் ஃபிரெஞ்சுப் பிரிவுகளின் ஏடாக இது
விளங்கியது. ஹேக் மாநாட்டுக்குப் பிறகு இது அகிலத்தில்
இருந்து விலகிக் கொண்டது. இந்த நூலில் குறிப்பிடப்படும்
ஃபிரெஞ்சு மொழிபெயர்ப்பு 'சோஷலிஸ்டு' பத்திரிக்கையின்
1872 ஜனவரி – மார்ச் இதழ்களில் வெளியானது.

[6] பாரிஸ் கம்யூன்: 1871-ஆம் ஆண்டு ஃபிரான்சு நாட்டின்
தலைநகர் பாரிசில் நிறுவப்பட்ட, உலகின் முதலாவது
பாட்டாளி வர்க்கப் புரட்சி அரசு. மார்ச் 18 முதல் மே 28 வரை
மொத்தம் 72 நாட்களே நீடித்தது. 1871 மார்ச் 18-இல் நடந்த
பாட்டாளி வர்க்கப் புரட்சியும், அதைத் தொடர்ந்து ஏற்பட்ட
பாட்டாளி வர்க்கச் சர்வாதிகாரமும் சுருக்கமாகப் 'பாரிஸ்
கம்யூன்' என்று அழைக்கப்படுகிறது. 'ஃபிரான்சில் உள்நாட்டுப்
போர்' எனும் நூலில் மார்க்ஸ், பாரிஸ் கம்யூனின் வரலாற்றை
எடுத்துக் கூறி, அதன் சாரத்தை விளக்கி வரைந்துள்ளார்.

[7] அறிக்கை: முகவுரைகளில் தடித்த எழுத்தில் அறிக்கை எனக்
குறிப்பிடப்படுவது கம்யூனிஸ்டு அறிக்கையையே குறிக்கிறது.

[8] கோலகல் (Kolokol) இதழ்: அலெக்சாந்தர் ஹொர்த்சன், நிக்கலாய் ஒகர்யோவ் ஆகிய இருவரும் வெளியிட்டு வந்த புரட்சிகர-ஜனநாயகச் செய்திப் பத்திரிக்கை. 'மணி' என்னும் பொருளுடைய 'கோலகல்' இதழை 'சுதந்திர ருஷ்யன் அச்சகம்' அச்சிட்டு வந்தது. ஹொர்த்சன் தோற்றுவித்த இந்த அச்சகம் 1865 வரை லண்டனில் இயங்கியது. பிறகு ஜெனீவாவுக்கு மாற்றப்பட்டது. 1869-இல் இந்த அச்சகம் கம்யூனிஸ்டு அறிக்கையின் முதல் ருஷ்யப் பதிப்பை வெளியிட்டது.

[9] 1881 மார்ச் 1-ஆம் தேதியன்று ருஷ்யப் பேரரசர் இரண்டாம் அலெக்சாந்தர் 'நரோத்னயா வோல்யா' ('மக்கள் விடுதலை') என்னும் ரகசியப் பயங்கரவாதக் குழுவினரால் கொலை செய்யப்பட்டார். அவருக்குப் பின் பட்டத்துக்கு வந்த ஜார் மன்னர் மூன்றாம் அலெக்சாந்தர், 'நரோத்னயா வோல்யா' குழுவினர் மேலும் பயங்கரச் செயல்களில் இறங்கக்கூடும் என்று அஞ்சி காட்சினாவிலேயே தங்கிவிட்டார். இதனையே மார்க்ஸ், ஏங்கெல்ஸ் இங்குக் குறிப்பிடுகின்றனர்.

[10] டார்வினுடைய கொள்கை (Darwin's Theory): சார்லஸ் ராபர்ட் டார்வின் (1809-1882) புகழ்பெற்ற ஆங்கில விஞ்ஞானி ஆவார். பொருள்முதல்வாத உயிரியலையும், உயிரினங்களின் தோற்றம் பற்றிய பரிணாமக் கொள்கையையும் உருவாக்கியவர். அங்கக உலகின் வளர்ச்சி குறைந்த சிக்கல்கொண்ட வடிவங்களிலிருந்து தொடங்கி, அதிகச் சிக்கலான வடிவங்களுக்கு மாறிச்செல்கிறது என்றும், பழைய வடிவங்கள் மறைவதும், புதிய வடிவங்கள் தோன்றுவதும் இயற்கை வரலாற்று வளர்ச்சியின் விளைவே என்றும் முதன்முதலில் ஆதாரத்தோடு நிரூபித்தவர் இவரே. தமது கோட்பாடுகளையும், ஆய்வுகளையும், சான்றுகளையும் உயிரினங்களின் தோற்றம் (The Origin of Species) என்னும் நூலில் டார்வின் விளக்கியுள்ளார்.

[11] கொலோன் கம்யூனிஸ்டு வழக்கு: கம்யூனிஸ்டுக் கழகத்தின் 11 உறுப்பினர்கள் மீது பிரஷ்ய அரசாங்கம் தொடுத்த வழக்கு. போலி ஆவணங்கள், பொய்யான சாட்சியங்களின் அடிப்படையில் தேசத்துரோகக் குற்றம் புரிந்ததாகப் பழிசுமத்தினர். ஏழு பேருக்கு மூன்றுமுதல் ஆறு ஆண்டுகள்வரை கோட்டைச் சிறையில் அடைக்குமாறு தண்டனை விதிக்கப்பட்டது.

சர்வதேசத் தொழிலாளி வர்க்கத்துக்கு எதிரான பிரஷ்யன் போலீசாரின் இந்த ஆத்திரமூட்டும் செயலை மார்க்ஸ், ஏங்கெல்ஸ் அம்பலப்படுத்தியுள்ளனர்.

[12] புரூதோன் (Proudhon, 1809-1865): பியேர்-ஜோஸெய் புரூதோன் என்பது இவரது முழுப்பெயர். ஃபிரான்சு நாட்டவர். பொருளாதார அறிஞராகவும், சமூகவியல் ஆய்வாளராகவும் அறியப்படுபவர். குட்டி முதலாளித்துவக் கொள்கைவாதியாக அடையாளங் கணப்பட்டவர். அராஜகவாதத்தைத் (Anarchism) தோற்றுவித்தவர்களுள் ஒருவர். சிறு தனியார் உடைமையை என்றும் நிலையாக வைத்திருக்க வேண்டும் என்று விரும்பினார். பெரு முதலாளித்துவத்தைக் குட்டி முதலாளித்துவக் கண்ணோட்டத்துடன் விமர்சித்தார். 1846-இல் தம்முடைய குட்டி முதலாளித்துவத் தத்துவக் கருத்துகளை விளக்கிப் ''பொருளாதாரப் பகைமைகளின் தொகுப்பு அல்லது வறுமையின் தத்துவம்'' என்னும் நூலை வெளியிட்டார். மார்க்ஸ், ''தத்துவத்தின் வறுமை'' என்னும் புகழ்பெற்ற நூலில் புரூதோனின் கருத்துகளைக் கடுமையாக விமர்சித்து, அவை விஞ்ஞான அடிப்படை அற்றவை என்பதை நிறுவினார்.

[13] லஸ்ஸால்: பொர்டினாண்டு லஸ்ஸால் ஜெர்மன் பொதுத் தொழிலாளர் சங்கத்தின் முதல் தலைவர். இவரை ஒரு குட்டி முதலாளித்துவ சோஷலிஸ்டு என வரையறுக்கலாம். இவரைப் பின்பற்றியோர் 'லஸ்ஸாலியர்' என அழைக்கப்பட்டனர். இவரும் இவரைப் பின்பற்றியோரும் முதன்மையான தத்துவ, அரசியல் பிரச்சினைகளில் சந்தர்ப்பவாத நிலைபாட்டை மேற்கொண்டனர். சமுதாயப் பிரச்சினைகளுக்குத் தீர்வுகாணப் பிரஷ்ய அரசைப் பயன்படுத்திக்கொள்வது சாத்தியம் எனக் கருதினார். பிஸ்மார்க் அரசுடன் பேச்சு வார்த்தைகளையும் மேற்கொள்ள முயன்றனர்.

[14] முதலாவது ருஷ்ய மொழிபெயர்ப்பை 'கோலகல்' இதழின் அச்சகம் 1869-ஆம் வெளியிட்டது. ஆனால் ஏங்கெல்ஸ் கவனக் குறைவாக '1863-ஆம் ஆண்டுவாக்கில்' எனக் குறிப்பிட்டுள்ளார்.

[15] உண்மையில் இரண்டாவது ருஷ்ய மொழிபெயர்ப்பை ஆக்கியவர் ஜி.வி.பிளக்கானவ் (G.V.Plekhanov). பின்னாளில்

ஏங்கெல்ஸ், 1894-இல் பெர்லினில் வெளியான 'ருஷ்யாவில் சமூக உறவுகள்' (Social Relations in Russia) என்னும் தன்னுடைய கட்டுரையின் பின்னுரையில், ஜி.வி.பிளக்கானவ் எனச் சரியாகக் குறிப்பிட்டுள்ளார்.

[16] ஓவனியர்கள் (Owenites): இங்கிலாந்தின் கற்பனாவாத சோஷலிஸ்டான ராபர்ட் ஓவனின் (Robert Owen, 1771-1858) ஆதாரவாளர்கள். ராபர்ட் ஓவன் முதலாளித்துவ அமைப்பைக் கடுமையாகக் கண்டித்தார். ஆனால் முதலாளித்துவ முரண்பாடுகளின் மூல காரணங்களை அவரால் விளக்கிக்காட்ட முடியவில்லை. கல்வி, சமூக சீர்திருத்தம் மூலமாகச் சமூக ஏற்றதாழ்வுகளை அகற்ற முடியும் என நம்பினார். அதற்குரிய ஒரு விரிவான வேலைத்திட்டத்தை முன்வைத்தார். தம் வேலைத்திட்டத்தை நடைமுறையில் செயல்படுத்த அவர் மேற்கொண்ட முயற்சிகள் தோல்வி கண்டன. 'கற்பனாவாத சோஷலிசமும் விஞ்ஞான சோஷலிசமும்' என்னும் நூலில் ஏங்கெல்ஸ், ஓவனின் கோட்பாடுகள் பற்றி விரிவாக எழுதியுள்ளார்.

[17] ஃபூரியேயர்கள் (Fourierists): ஃபிரெஞ்சுக் கற்பனாவாத சோஷலிஸ்டான ஷார்ல் ஃபூரியேயின் (Sharl Fourier, 1772-1837) ஆதரவாளர்கள். ஃபூரியே முதலாளித்துவ அமைப்பைக் கடுமையாகச் சாடினார். வருங்கால 'இசைவான' சமுதாயம் மனிதனின் உள்ளத்து உணர்ச்சிகளை அறிந்து கொள்வதன் அடிப்படையில் அமையும் என்றார். எல்லோரும் தானே மனமுவந்து வேலை செய்யும் 'வேலைக் கூட்டமைப்புகளை' உருவாக்கி, சோஷலிச சமுதாயத்தைச் சமாதான முறையில் நிறுவ முடியும் என நம்பினார். பலாத்காரப் புரட்சியை எதிர்த்தார். ஃபூரியே தனியார் சொத்துடைமையை எதிர்க்கவில்லை.

[18] கபே (Cabet, 1788-1856): எத்தியேன் கபே என்பது இவரது முழுப்பெயர். ஃபிரெஞ்சுக் குட்டி முதலாளித்துவக் கட்டுரையாளர். கற்பனாவாதக் கம்யூனிசக் கொள்கையின் பிரபலப் பிரதிநிதி. சமுதாயத்தை அமைதியான முறையில் மாற்றி அமைப்பதன் மூலம், முதலாளித்துவ அமைப்பின் குறைகளைக் களைய முடியும் என நம்பினார். ஐகேரியாவில் பயணம் என்னும் நூலில் அவர் தம் கருத்துகளை விளக்கியுள்ளார்.

அமெரிக்காவில் கம்யூன் அமைப்பை நிறுவித் தம் கருத்துகளை நடைமுறைப்படுத்த முயன்றார். ஆனால் அவரின் சோதனைகள் அடியோடு தோல்வி கண்டன.

[19] வைட்லிங் (Weitling, 1808-1871): வில்லியம் வைட்லிங் என்பது இவரது முழுப்பெயர். ஜெர்மன் தொழிலாளர் வர்க்க இயக்கத்தின் செல்வாக்குப் பெற்ற தொடக்க காலத் தலைவர். கற்பனாவாத, சமத்துவவாதக் கம்யூனிசக் கோட்பாட்டை வளர்த்தெடுத்தவர்களுள் ஒருவர். ஜெர்மானியப் பாட்டாளி வர்க்கத்தின் முதலாவது சுயேச்சையான தத்துவார்த்த இயக்கமாக வைட்லிங்கின் கோட்பாடுகள் ஆக்கமுறையில் பங்காற்றின என ஏங்கெல்ஸ் குறிப்பிட்டுள்ளார். ஆனால் விஞ்ஞானக் கம்யூனிசம் முன்வைக்கப்பட்டபின் கபே, வைட்லிங் ஆகியோரின் கருத்தோட்டங்கள் பாட்டாளி வர்க்க உணர்வின் வளர்ச்சிக்குத் தடையாக அமைந்தன.

[20] அறிக்கையின் ருஷ்யப் பதிப்புக்கு மார்க்ஸ், ஏங்கெல்ஸ் எழுதிய முகவுரையின் தொலைந்துபோன ஜெர்மன் மூலக் கையெழுத்துப் பிரதி கண்டுபிடிக்கப்பட்டு, மாஸ்கோவிலுள்ள மார்க்சிச-லெனினிச நிறுவனத்தின் ஆவணச் சேமிப்பகத்தில் பாதுகாக்கப்பட்டுள்ளது.

[21] மார்க்ஸ், ஏங்கெல்ஸ் 1840-களில் தொடங்கித் தாம் எழுதிவந்த பல நூல்களிலும் அடிப்படையான இத்தத்துவக் கூற்றினை விரித்துரைத்துள்ளனர். இங்கு முறைப்படுத்தி முன்வைக்கப்பட்டுள்ள வடிவில் இது, 'சர்வதேசத் தொழிலாளர் சங்கத்தின்' விதிகளில் இருக்கக் காணலாம்.

[22] இந்த முன்னுரையை ஏங்கெல்ஸ் 1890 மே மாதம் முதல்தேதி எழுதினார். 1889 ஜூலையில் நடைபெற்ற இரண்டாம் அகிலத்தின் பாரிஸ் மாநாட்டு முடிவுப்படி, அன்றைய நாளில் (மே 1-இல்) பல ஐரோப்பிய, அமெரிக்க நகரங்களில் மக்கள் திரளின் கூட்டங்கள், ஆர்ப்பாட்டங்கள், வேலை நிறுத்தங்கள் நடைபெற்றன. மாநாட்டில் முன்வைக்கப்பட்ட எட்டுமணிநேர வேலைநாள் மற்றும் பிற கோரிக்கைகளை முன்னிட்டுத் தொழிலாளர்களின் போராட்டம் அமைந்தது. அந்த நாள்முதல் அனைத்து நாடுகளையும் சேர்ந்த தொழிலாளர்கள் ஒவ்வொரு

ஆண்டும் மே முதல்தேதியை 'மேதினம்' என்ற பெயரில், பாட்டாளி வர்க்கத்தின் சர்வதேச ஒருமைப்பாட்டுத் தினமாகக் கொண்டாடி வருகின்றனர்.

[23] காங்கிரஸ் போலந்து: 1814 – 1815 ஆம் ஆண்டு வியன்னா காங்கிரஸ் முடிவின்படி ருஷ்யாவில் சேர்த்துக் கொள்ளப்பட்ட போலந்தின் பகுதியாகும்.

[24] லூயி போனப்பார்ட் (Louis Bonaparte, 1808-1873): இவர் மூன்றாம் நெப்போலியன் (1808-1873). முதல் நெப்போலியனின் மருமகன். இரண்டாவது குடியரசன் தலைவர் (1848-1851). ஃபிரெஞ்சுப் பேரரசர் (1852-1870).

[25] பிஸ்மார்க் (Bismark, 1815-1898): எடுவார்ட் லியோப்பால்டு ஒட்டோ பிஸ்மார்க் என்பது இவரது முழுப்பெயர். பிரஷ்யாவின் அரசியல் வித்தகர். இவருடைய கொள்கைகள் பிரஷ்ய நிலவுடைமையாளரின் நலன்களுக்கும் பெரு முதலாளிகளின் நலன்களுக்கும் சேவை புரிந்தன. 1871-இல் பிரஷ்யாவின் தலைமையில் ஜெர்மனியைப் பலவந்தமாக ஒன்றுபடுத்தினார். 1871 முதல் 1890 வரை ஜெர்மன் பேரரசின் அதிபராக இருந்தார். தொழிலாளி வர்க்க இயக்கத்தின் கடும் பகைவர். 1878-இல் சோஷலிச எதிர்ப்புச் சட்டம் ஒன்றை நிறைவேற்றினார்.

[26] ஜாரின் ஆதிக்கத்தை எதிர்த்து 1863-1864 இல் போலந்து மக்கள் மேற்கொண்ட தேச விடுதலை எழுச்சி இங்குக் குறிப்பிடப்படுகிறது. புரட்சிகர முன்முனைப்பைத் தவற விட்டுவிட்ட சிறு நிலப்பிரபு வர்க்கக் ('சிவப்பு' – தீவிரக்) கட்சியின் முரணான போக்குக் காரணமாகப் புரட்சியின் தலைமை பெரிய நிலப்பிரபுக்கள், பெரிய முதலாளிகளின் கைகளுக்கு மாறிச்சென்றது. அவர்களோ ஜார் அரசுடன் ஒரு லாபகரமான உடன்பாடு செய்துகொள்வதை நோக்கமாகக் கொண்டு செயல்பட்டார்கள். 1864 கோடைக்கு முன்பாக இந்த எழுச்சி ஜார் மன்னரின் படைகளால் மிகவும் கொடுரமாக ஒடுக்கப்பட்டது.

ஒரு பூதம் ஐரோப்பாவைப் பிடித்து ஆட்டிக் கொண்டிருக்கிறது – அதுதான் கம்யூனிசம் என்னும் பூதம். போப்பாண்டவரும்[27] ஜார் அரசனும்[28], மெட்டர்னிக்கும்[29] கிஸோவும்[30], பிரெஞ்சுத் தீவிரக் கொள்கையினரும் (radicals) ஜெர்மன் போலீஸ் ஒற்றர்களும் எனப் பழைய ஐரோப்பாவின் அதிகார சக்திகள் அனைத்தும் இந்தப் பூதத்தை விரட்டுவதற்காக ஒரு புனிதக் கூட்டணியை அமைத்துள்ளன.

ஆட்சியிலுள்ள எதிராளிகளால் கம்யூனிஸ்டு என்று பழி தூற்றப்படாத எதிர்க்கட்சி எங்கேனும் உண்டா? தன்னிலும் முற்போக்கான எதிர்க் கட்சிகள் மீதும், தனது பிற்போக்கான எதிராளிகள் மீதும் கம்யூனிஸ்டு எனப் பட்டம் சூட்டி, அவதூறுச் சேற்றை அள்ளி வீசாத எதிர்க்கட்சிதான் எங்கேனும் இருக்கிறதா?

இந்த உண்மையிலிருந்து இரண்டு முடிவுகள் பெறப்படுகின்றன:

1. கம்யூனிசம் அதனளவில் ஒரு தனிப்பெரும் சக்தி என்பதை ஐரோப்பிய சக்திகள் அனைத்தும் ஏற்கெனவே ஏற்றுக் கொண்டுவிட்டன.

2. கம்யூனிஸ்டுகள் தம் கருத்துக்களையும், தம் இலட்சியங்களையும், தம் போக்குகளையும் அனைத்துலகும் அறியும் வண்ணம் பகிரங்கமாக வெளியிடவும், [கம்யூனிஸ்டுக்] கட்சிக்கே உரிய ஓர் அறிக்கை மூலம், கம்யூனிசப் பூதமென்னும் இந்தக் குழந்தைக் கதையை எதிர்கொள்ளவும் வேண்டிய தருணம் வந்துவிட்டது.

இந்த நோக்கத்துடன், பல்வேறு தேசிய இனங்களைச் சேர்ந்த கம்யூனிஸ்டுகள் லண்டனில் கூடி, ஆங்கிலம், ஃபிரெஞ்சு, ஜெர்மன், இத்தாலி, ஃபிளெமிஷ், டேனிஷ் ஆகிய மொழிகளில் வெளியிடுவதற்கென பின்வரும் அறிக்கையை வரைந்தனர்.

அத்தியாயம்–1
முதலாளிகளும் பாட்டாளிகளும்[4]

இதுநாள் வரையில் நிலவி வந்துள்ள சமுதாயத்தின் வரலாறு அனைத்தும்[5] வர்க்கப் போராட்டங்களின் வரலாறே ஆகும்.

---

4 முதலாளித்துவ வர்க்கம் (Bourgeoisie) என்பது [இன்றைய] நவீன முதலாளிகளின் வர்க்கத்தைக் குறிக்கிறது. இந்த வர்க்கத்தினர் சமூக உற்பத்திச் சாதனங்களின் உடைமையாளர்கள்; கூலி உழைப்பாளிகளை வேலைக்கு அமர்த்திக் கொள்கிறவர்கள். பாட்டாளி வர்க்கம் (Proletariat) என்பது [இன்றைய] நவீனக் கூலித் தொழிலாளர்களின் வர்க்கத்தைக் குறிக்கிறது. இந்த வர்க்கத்தினர் தமக்கெனச் சொந்தமாக உற்பத்திச் சாதனங்கள் ஏதும் இல்லாதவர்கள்; வாழ்க்கையை நடத்துவதற்காகத் தம் உழைப்புச் சக்தியை விற்க வேண்டிய நிலைக்குத் தாழ்த்தப்பட்டிருப்பவர்கள். [1888-ஆம் ஆண்டின் ஆங்கிலப் பதிப்புக்கு ஏங்கெல்ஸ் எழுதிய குறிப்பு].

5 அதாவது, எழுதப்பட்ட வரலாறு அனைத்தும் என்று பொருள். வரலாற்றுக்கு முந்தைய சமுதாயம் பற்றி, அதாவது, எழுத்தில் பதிவாகியுள்ள வரலாற்றுக்கு முன்பு நிலவிய சமூக ஒழுங்கமைப்பு பற்றி, 1847-இல் அனேகமாக எதுவுமே அறியப்படவில்லை. அதன்பிறகு, ஹாக்ஸ்தவுசென்[31] (Haxthusen) ருஷ்யாவில் நிலம் பொது உடைமையாக இருப்பதைக் கண்டுபிடித்தார். டியூட்டானிய (Teutonic) இனங்கள் அனைத்தும், அத்தகைய நிலப் பொது உடைமையைச் சமூக அடித்தளமாகக் கொண்டுதான் வரலாற்றில் தம் வாழ்வைத் தொடங்கின என்று மவுரர் (Maurer)[32] நிரூபித்தார். இந்தியாவிலிருந்து அயர்லாந்துவரை எங்குமே [நிலத்தைப் பொது உடைமையாகக் கொண்ட] கிராமச் சமூகங்கள் (Village Communities) சமுதாயத்தின் புராதன வடிவமாக இருக்கின்றன அல்லது இருந்துள்ளன என்பது காலப்போக்கில் அறியப்பட்டது. இந்தக் கண்டுபிடிப்புகளுக்கு எல்லாம் மகுடம் சூட்டியதுபோல, கணம் (gens) என்னும் [இனக்குழு] அமைப்பின் உண்மையான தன்மையையும், பூர்வகுடியோடு (tribe) அதற்குள்ள உறவையும் கண்டுபிடித்து, இந்தப் புராதனக் கம்யூனிச சமுதாயத்தின் உள்ளமைப்பை அதன் முன்மாதிரியான வடிவத்தில் மார்கன் (Morgan)[33] வெட்ட வெளிச்சமாக்கினார். இந்தப் புராதனச் சமூகங்கள் சிதைந்தழிந்தவுடன், சமுதாயம் தனித்தனியான, இறுதியில் பகைமை பாராட்டும் வர்க்கங்களாகப் பிளவுபடத் தொடங்குகிறது. "குடும்பம், தனிச்சொத்து, அரசு ஆகியவற்றின் தோற்றம்" (இரண்டாம் பதிப்பு, ஷ்டுட்கார்ட், 1886) என்னும் நூலில் [புராதனச் சமூகங்கள் சிதைந்தழிந்த] இந்த நிகழ்ச்சிப் போக்கைத் தொடக்கத்திலிருந்து மீண்டும் வரைந்து

சுதந்திரமானவனும் அடிமையும், உயர்குலச் சீமானும் (patrician) பாமரக் குடிமகனும் (plebeian), நிலப்பிரபுவும் பண்ணையடிமையும், கைவினைக் குழும எஜமானும் (guild-master)[6] கைவினைப் பணியாளனும் (journeyman), சுருங்கக் கூறின், ஒடுக்குவோரும் ஒடுக்கப்படுவோரும் ஒருவருக்கொருவர் தீராப் பகைமை கொண்டிருந்தனர். சில நேரம் மறைவாகவும், சில நேரம் வெளிப்படையாகவும், இடையறாத போராட்டத்தை நடத்தி வந்தனர். ஒவ்வொரு முறையும் இந்தப் போராட்டம் சமுதாயம் முழுவதையும் புரட்சிகரமாக மாற்றியமைப்பதிலோ அல்லது போராடும் வர்க்கங்களின் பொதுவான அழிவிலோதான் முடிந்திருக்கிறது.

வரலாற்றின் தொடக்ககாலச் சகாப்தங்களில், அனேகமாக எங்கும், பல்வேறு அடுக்குகள் கொண்ட, சிக்கலான ஒரு சமுதாய ஏற்பாட்டைக் காண்கிறோம். சமூக அந்தஸ்தில் பல்வேறு படிநிலை அமைப்புகள் இருக்கக் காண்கிறோம். பண்டைய ரோமாபுரியில் உயர்குலச் சீமான்கள், வீர மறவர்கள், பாமரக் குடிமக்கள், அடிமைகள் எனவும், மத்திய காலத்தில் நிலப்பிரபுக்கள், மானியக்காரர்கள் (vassals), கைவினைக் குழும எஜமானர்கள், கைவினைப் பணியாளர்கள், பயிற்சிப் பணியாளர்கள், பண்மையடிமைகள் எனவும் பல்வேறு வர்க்கப் பிரிவினர் இருக்கக் காண்கிறோம். மேலும், அனேகமாக இந்த வர்க்கங்கள் அனைத்திலும் ஒன்றன்கீழ் ஒன்றான உட்பிரிவுகள் இருந்ததையும் காண முடிகிறது.

நிலப்பிரபுத்துவ சமுதாயத்தின் அழிவிலிருந்து முளைத்தெழுந்துள்ள நவீன முதலாளித்துவ சமுதாயம் வர்க்கப் பகைமைகளை ஒழித்துவிடவில்லை. ஆனால், பழையவற்றுக்குப் பதிலாகப் புதிய வர்க்கங்களையும், புதிய ஒடுக்குமுறை நிலைமைகளையும், புதிய போராட்ட வடிவங்களையும் உருவாக்கி வைத்துள்ளது.

காட்ட நான் முயன்றுள்ளேன். [1888-ஆம் ஆண்டின் ஆங்கிலப் பதிப்புக்கு ஏங்கெல்ஸ் எழுதிய குறிப்பு].

6 கைவினைக் குழும எஜமான் (guild-master), அதாவது, கைவினைக் குழுமத்தின் முழு உறுப்பினன், கைவினைக் குழுமத்துக்கு உட்பட்ட எஜமான், கைவினைக் குழுமத்தின் தலைவன் அல்ல. [1888-ஆம் ஆண்டின் ஆங்கிலப் பதிப்புக்கு ஏங்கெல்ஸ் எழுதிய குறிப்பு].

எனினும், நமது சகாப்தமான முதலாளித்துவ வர்க்கச் சகாப்தம் ஒரு தனித்த பண்பியல்பைக் கொண்டுள்ளது: வர்க்கப் பகைமைகளை அது எளிமைப்படுத்தியுள்ளது. ஒட்டுமொத்த சமுதாயமும், இருபெரும் பகை முகாம்களாக, ஒன்றையொன்று நேருக்குநேர் எதிர்த்து நிற்கும் - முதலாளித்துவ வர்க்கம், பாட்டாளி வர்க்கம் என்னும் - இருபெரும் வர்க்கங்களாக, மேலும் மேலும் பிளவுபட்டு வருகிறது.

ஆதி நகரங்களின் சுதந்திரமான நகரத்தார், மத்திய காலத்துப் பண்ணையடிமைகளிலிருந்து உதித்தெழுந்தார்கள். இந்த நகரத்தாரிலிருந்தே முதலாளித்துவ வர்க்கத்தின் தொடக்கக் கூறுகள் வளர்ந்தன. அமெரிக்காவைக் கண்டுபிடித்ததும், நன்னம்பிக்கை முனையைச் சுற்றிச் செல்லும் கடல்வழி அறியப்பட்டதும், வளர்ந்துவந்த முதலாளித்துவ வர்க்கத்துக்குப் புதிய வாய்ப்புகளைத் திறந்துவிட்டன. கிழக்கிந்திய, சீனச் சந்தைகள், அமெரிக்கக் காலனியாக்கம், காலனிகளுடனான வியாபாரம், பரிவர்த்தனைச் சாதனங்களிலும் பொதுவாக விற்பனைப் பண்டங்களிலும் ஏற்பட்ட பெருக்கம் - ஆகிய இவையெல்லாம், வணிகத்துக்கும் கப்பல் போக்குவரத்துக்கும் தொழில்துறைக்கும் இதற்குமுன் என்றும் கண்டிராத அளவுக்கு உத்வேகம் ஊட்டின. தள்ளாடிக் கொண்டிருந்த நிலப்பிரபுத்துவ சமுதாயத்தில் புரட்சிகரக் கூறின் அதிவிரைவான வளர்ச்சிக்கும் அதன்மூலம் தூண்டுதல் அளித்தன.

நிலப்பிரபுத்துவம் சார்ந்த தொழில்துறை அமைப்புமுறையின்கீழ், தொழில்துறை உற்பத்தியானது, குறிப்பிட்டவர் மட்டுமே அங்கம் வகிக்கும் கைவினைக் குழுமங்களின் ஏகபோகமாக இருந்தது. இத்தகைய தொழில்துறை அமைப்புமுறையால், தற்போதைய சூழலில், புதிய சந்தைகளின் வளர்ந்துவரும் தேவைகளை இனிமேலும் நிறைவு செய்ய இயலவில்லை. அதன் இடத்தில் பட்டறைத் தொழில் அமைப்புமுறை வந்தது. பட்டறைத் தொழில்சார்ந்த நடுத்தர வர்க்கம் கைவினைக் குழும எஜமானர்களைப் புறந்தள்ளியது. தொழில்முறையில் இணைந்து செயல்பட்ட வெவ்வேறு கைவினைக் குழுமங்களுக்கு இடையே நிலவிய உழைப்புப் பிரிவினை, ஒவ்வொரு தனித்த பட்டறையிலும் ஏற்பட்ட உழைப்புப் பிரிவினைக்கு முன்னே மறைந்தொழிந்தது.

இதற்கிடையே, சந்தைகள் மேலும் மேலும் விரிவடைந்து கொண்டே இருந்தன. தேவையோ மேலும் மேலும் அதிகமாகிக் கொண்டே இருந்தது. பட்டறைத் தொழில்முறையுங்கூட இப்போது ஈடுகட்ட இயலாமல் போனது. இந்த சூழ்நிலையில்தான் நீராவியும் எந்திரங்களும் தொழில்துறை உற்பத்தியைப் புரட்சிகரமானதாக ஆக்கின. பட்டறைத் தொழில்முறையின் இடத்தைப் பிரம்மாண்ட நவீனத் தொழில்துறை பிடித்துக் கொண்டது. பட்டறைத் தொழில் சார்ந்த நடுத்தர வர்க்கத்தாரின் இடத்தில் கோடீஸ்வரத் தொழிலதிபர்கள், ஒட்டுமொத்தத் தொழில்துறைப் படையணிகளின் தலைவர்கள், அதாவது நவீன முதலாளித்துவ வர்க்கத்தினர் உருவாயினர்.

நவீனத் தொழில்துறை உலகச் சந்தையை நிறுவியுள்ளது. அமெரிக்காவைக் கண்டுபிடித்த செயல் இதற்குப் பாதையமைத்துக் கொடுத்தது. உலகச் சந்தையானது, வர்த்தகத்துக்கும், கப்பல் போக்குவரத்துக்கும், தரைவழித் தகவல் தொடர்புக்கும் அளப்பரும் வளர்ச்சியைத் அளித்தது. இந்த வளர்ச்சி தன் பங்குக்குத் தொழில்துறையின் விரிவாக்கத்துக்கு வித்திட்டது. தொழில்துறை, வர்த்தகம், கப்பல் போக்குவரத்து, ரயில் போக்குவரத்து ஆகியவை எந்த அளவுக்கு விரிவடைந்தனவோ அதே அளவுக்கு முதலாளித்துவ வர்க்கமும் வளர்ச்சியடைந்தது. அது தனது மூலதனத்தைப் பெருக்கியது. மத்திய காலம் விட்டுச் சென்றிருந்த ஒவ்வொரு வர்க்கத்தையும் பின்னிலைக்குத் தள்ளியது.

இவ்வாறு, நவீன முதலாளித்துவ வர்க்கம் என்பதே, நீண்டதொரு வளர்ச்சிப் போக்கின் உடன்விளைவு - உற்பத்தி முறைகளிலும் பரிவர்த்தனை முறைகளிலும் தொடர்ச்சியாக நிகழ்ந்த புரட்சிகளின் உடன்விளைவு – என்பதை நாம் காண்கிறோம்.

முதலாளித்துவ வர்க்கத்தின் வளர்ச்சியில் ஒவ்வொரு படிநிலையிலும் அவ்வளர்ச்சிக்கு ஏற்ப அவ்வர்க்கத்தின் அரசியல் முன்னேற்றமும் சேர்ந்தே வந்தது. நிலப்பிரபுத்துவச் சீமான்களின் ஆதிக்கத்தின்கீழ் அது ஓர் ஒடுக்கப்பட்ட வர்க்கமாக இருந்தது. மத்திய காலக் கம்யூனிலெ[7] ஆயுதமேந்திய,

<hr>

7 ”கம்யூன்” என்பது ஃபிரான்சில் புதிதாக உருவாகி வந்த நகரங்களுக்கு இடப்பட்ட பெயராகும். நிலப்பிரபுத்துவச் சீமான்களிடமிருந்தும்

சுயாட்சி நடத்தும் சங்கமாக இருந்தது. இங்கே (இத்தாலியிலும் ஜெர்மனியிலும் காணப்பட்டது போல) சுதந்திரமான நகர்ப்புறக் குடியரசாகவும், அங்கே (ஃபிரான்சில் காணப்பட்டது போல) வரி செலுத்தும் 'மூன்றாவது வகையின' (third estate)[34] மக்கள் குழுவாகவும் விளங்கியது. அதன்பின்னர் பட்டறைத் தொழில் மேலோங்கிய காலகட்டத்தில், பிரபுத்துவச் சீமான்களுக்கு எதிரான ஈடுகட்டும் சக்தியாக இருந்துகொண்டு, அரை நிலப்பிரபுத்துவ முடியாட்சிக்கு அல்லது ஏதேச்சதிகார முடியாட்சிக்குச் சேவை செய்தது. பொதுவாகப் பார்த்தால், உண்மையில் மாபெரும் முடியாட்சிகளின் ஆதாரத் துணாக விளங்கியது. முடிவாக, முதலாளித்துவ வர்க்கம், நவீனத் தொழில்துறையும் உலகச் சந்தையும் நிறுவப்பட்ட பின்னர், நவீன காலப் பிரதிநிதித்துவ அரசமைப்பில் ஏகபோக அரசியல் ஆதிக்கத்தைத் தனக்கென வென்று கொண்டது. நவீன கால அரசின் நிர்வாக அமைப்பானது, ஒட்டுமொத்த முதலாளித்துவ வர்க்கத்தின் பொது விவகாரங்களை நிர்வகிப்பதற்கான ஒரு குழுவே அன்றி வேறல்ல.

முதலாளித்துவ வர்க்கம் வரலாற்று ரீதியாக, மிகவும் புரட்சிகரமான பாத்திரம் வகித்துள்ளது.

எங்கெல்லாம் முதலாளித்துவ வர்க்கம் மேலாதிக்கம் பெற்றதோ, அங்கெல்லாம் அது அனைத்து நிலப்பிரபுத்துவ உறவுகளுக்கும், தந்தைவழிச் சமுதாய உறவுகளுக்கும், பழம் மரபுவழி உறவுகளுக்கும் முடிவு கட்டியது. "இயற்கையாகவே

எஜமானர்களிடமிருந்தும், "மூன்றாவது வகையினம்" (*Third Estate*) என்ற முறையில் வட்டார சுயாட்சியையும், அரசியல் உரிமைகளையும் வென்றெடுப்பதற்கும் முன்பே, அந்நகரங்கள் இப்பெயரை ஏற்றன. பொதுவாகக் கூறுவதெனில், முதலாளித்துவ வர்க்கத்தின் பொருளாதார வளர்ச்சிக்கு இங்கிலாந்தும், அதன் அரசியல் வளர்ச்சிக்கு ஃபிரான்சும், மாதிரி நாடுகளாக இந்த அறிக்கையில் எடுத்துக் கொள்ளப்பட்டுள்ளன. [1888-ஆம் ஆண்டின் ஆங்கிலப் பதிப்புக்கு ஏங்கெல்ஸ் எழுதிய குறிப்பு].

இத்தாலி, ஃபிரான்சு ஆகிய நாடுகளின் நகரவாசிகள், அவர்களின் நிலப்பிரபுத்துவச் சீமான்களிடமிருந்து சுயாட்சிக்கான தொடக்க உரிமைகளை விலைகொடுத்து அல்லது போராடிப் பெற்ற பிறகு, தங்களின் நகர்ப்புற சமூகங்களுக்கு ["கம்யூன்" என்னும்] இப்பெயரை இட்டுக் கொண்டனர். [1890-ஆம் ஆண்டின் ஜெர்மானியப் பதிப்புக்கு ஏங்கெல்ஸ் எழுதிய குறிப்பு].

தன்னைவிட மேலானவர்களிடம்'' மனிதன் கட்டுண்டு கிடக்கும்படி செய்த, வெவ்வேறு வகைப்பட்ட நிலப்பிரபுத்துவத் தளைகளை ஈவிரக்கமின்றி அறுத்தெறிந்தது. மனிதனுக்கும் மனிதனுக்கும் இடையே அப்பட்டமான சுயநலம் தவிர, பரிவு உணர்ச்சியற்ற ''பணப் பட்டுவாடா'' தவிர, வேறெந்த உறவும் இல்லாமல் செய்துவிட்டது. மத உணர்ச்சி வேகம், பேராண்மையின் வீராவேசம், போலிப் பண்புவாதிகளின் (philistines) உணர்ச்சிவயம் ஆகியவற்றால் ஏற்படும் அதி தெய்வீக ஆனந்தப் பரவசங்களைத் தன்னகங்காரக் கணக்கீடு என்னும் உறைபனி நீரில் மூழ்க்கடித்துவிட்டது. மனித மாண்பினைப் பரிவர்த்தனை மதிப்பாக மாற்றிவிட்டது. துறக்கவொண்ணாத, எழுதி வைக்கப்பட்ட, எண்ணற்ற சுதந்திரங்களுக்குப் பதிலாகச் சுதந்திரமான வணிகம் என்னும் ஒரேவொரு நியாயமற்ற சுதந்திரத்தை உருவாக்கி வைத்துள்ளது. சுருங்கச் சொல்லின், முதலாளித்துவ வர்க்கம், மதம் மற்றும் அரசியல் பிரமைகளால் திரையிட்டு மறைக்கப்பட்டிருந்த சுரண்டலுக்குப் பதிலாக, அப்பட்டமான, வெட்கமற்ற, நேரடியான, கொடூரமான சுரண்டலை ஏற்படுத்தியுள்ளது.

இதுநாள் வரையில், மரியாதைக்கு உரியதாக இருந்த, பயபக்தியுடன் பார்க்கப்பட்டு வந்த, வாழ்க்கைத் தொழில் ஒவ்வொன்றையும் முதலாளித்துவ வர்க்கம் மகிமை இழக்கச் செய்துவிட்டது. அது, மருத்துவரையும் வழக்குரைஞரையும், மதகுருவையும் கவிஞரையும், விஞ்ஞானியையும் தன்னிடம் ஊதியம் பெறும் கூலி-உழைப்பாளர்களாக ஆக்கிவிட்டது. முதலாளித்துவ வர்க்கம், குடும்பத்திடமிருந்து அதன் உணர்ச்சிபூர்வ உறவுத்திரையைக் கிழித்தெறிந்துவிட்டது. குடும்ப உறவை வெறும் பண உறவாகக் குறுக்கிவிட்டது.

பிற்போக்காளர்கள் போற்றிப் பாராட்டும் மத்திய காலத்துச் செயல்வீரப் பகட்டுத்தனம், எவ்வாறு சோம்பல் நிறைந்த செயலின்மையை உற்ற துணையாக்கி உறவாடிக் கிடந்தது என்பதை முதலாளித்துவ வர்க்கம் அம்பலப்படுத்திவிட்டது. மனிதனின் செயல்பாடு என்னவெல்லாம் சாதிக்க வல்லது என்பதை முதன்முதலாக எடுத்துக் காட்டியது முதலாளித்துவ வர்க்கம்தான். எகிப்தியப் பிரமிடுகளையும், ரோமானிய

மூடுகால்வாய்களையும், கோதிக் தேவாலயங்களையும் பெரிதும் மிஞ்சக்கூடிய அதிசயங்களை அது சாதித்துக் காட்டியுள்ளது. முற்காலத்தில் நிகழ்ந்த தேசங்களின் பெருந்திரளான குடிபெயர்ப்புகளையும், சிலுவைப் போர்களையும்[35] மிகச் சாதாரணமாகத் தோன்றச் செய்யும் மாபெரும் படையெடுப்புகளை அது நிகழ்த்தியுள்ளது.

உற்பத்திக் கருவிகளையும், அதன்மூலம் உற்பத்தி உறவுகளையும், அவற்றோடு கூடவே ஒட்டுமொத்த சமுதாய உறவுகளையும் இடையறாது புரட்சிகரமாக மாற்றி அமைத்திடாமல் முதலாளித்துவ வர்க்கம் உயிர்வாழ முடியாது. இதற்கு மாறாக, பழைய உற்பத்தி முறைகளை மாற்றமில்லா வடிவில் அப்படியே பாதுகாத்துக் கொள்வதுதான் முந்தைய தொழில்துறை வர்க்கங்கள் அனைத்துக்கும் வாழ்வுக்குரிய முதல் நிபந்தனையாக இருந்தது. உற்பத்தியை இடையறாது புரட்சிகரமாக மாற்றியமைத்தலும், சமுக நிலைமைகள் அனைத்திலும் இடையறாத குழப்பமும், முடிவே இல்லாத நிச்சயமற்ற நிலைமையும், கொந்தளிப்புமே முதலாளித்துவ சகாப்தத்தை அதற்கு முந்தைய சகாப்தங்கள் அனைத்திலிருந்தும் வேறுபடுத்திக் காட்டுகின்றன. நிலைத்த, இறுகிப்போன எல்லா உறவுகளும், அவற்றுடன் இணைந்துள்ள பயபக்தி மிக்க பண்டைய தப்பெண்ணங்களும் கருத்துகளும் துடைத்தெறியப்படுகின்றன. புதிதாக உருவானவை அனைத்தும் நிலைத்துக் கெட்டியாகும் முன்பே காலாவதி ஆகிவிடுகின்றன. கட்டியானவை அனைத்தும் கரைந்து காற்றிலே கலக்கின்றன, புனிதமானவை யாவும் புனிதம் கெடுக்கப்படுகின்றன. இறுதியாக, மனிதன் தனது வாழ்க்கையின் எதார்த்த நிலைமைகளையும், சக மனிதர்களுடன் தனக்குள்ள உறவுகளையும் தெளிந்த அறிவுடன் எதிர்கொள்ள வேண்டிய கட்டாயத்துக்கு உள்ளாகிறான்.

முதலாளித்துவத்தின் உற்பத்திப் பொருள்களுக்குத் தொடர்ந்து விரிவடைந்து செல்லும் சந்தை தேவைப்படுகிறது. இத்தேவை முதலாளித்துவ வர்க்கத்தைப் புவியின் பரப்பு முழுவதும் விரட்டியடிக்கிறது. அது எல்லா இடங்களுக்கும் சென்று கூடு கட்டிக்கொள்ள வேண்டும்; எல்லா இடங்களிலும் குடியேற வேண்டும்; எல்லா இடங்களிலும் தொடர்புகளை ஏற்படுத்திக்கொண்டே ஆக வேண்டும்.

உலகச் சந்தையை நன்கு பயன்படுத்திக் கொள்வதன்மூலம் முதலாளித்துவ வர்க்கம் ஒவ்வொரு நாட்டிலும் பொருள் உற்பத்திக்கும் நுகர்வுக்கும் ஓர் உலகத் தன்மையை (cosmopolitan character) அளித்துள்ளது. பிற்போக்காளர்கள் கடுங்கோபம் கொள்ளும் வகையில், [ஒவ்வொரு நாட்டிலும்] தொழில்துறை எழும்பி நின்றுள்ள அதன் தேசிய அடித்தளத்தை அகற்றிவிட்டது. நெடுங்காலமாக நிலைபெற்றிருந்த தேசியத் தொழில்கள் யாவும் அழிக்கப்பட்டுவிட்டன அல்லது நாள்தோறும் அழிக்கப்பட்டு வருகின்றன. புதிய தொழில்களால் அவை ஒழித்துக்கட்டப்படுகின்றன. இந்தப் புதிய தொழில்களை நிறுவுவது, நாகரிகமடைந்த நாடுகள் அனைத்துக்கும் வாழ்வா சாவா என்னும் பிரச்சினையாகி விடுகிறது. இந்தப் புதிய தொழில்கள் முந்தைய தொழில்களைப்போல் உள்நாட்டு மூலப் பொருள்களைப் பயன்படுத்துவதில்லை. இவற்றுக்கான மூலப் பொருள்கள் தொலைதூரப் பிரதேசங்களிலிருந்து தருவிக்கப்படுகின்றன. இவற்றின் உற்பத்திப் பொருள்கள் உள்நாட்டில் மட்டுமன்றி, உலகத்தின் ஒவ்வொரு பகுதியிலும் நுகரப்படுகின்றன. உள்நாட்டு உற்பத்திப் பொருள்களால் நிறைவு செய்யப்பட்ட பழைய தேவைகளின் இடத்தில் புதிய தேவைகள் எழுந்துள்ளதைக் காண்கிறோம். அவற்றை நிறைவு செய்யத் தொலைதூர நாடுகளிலும் பிரதேசங்களிலும் உற்பத்தியாகும் பொருள்கள் தேவைப்படுகின்றன. தேசங்களும் வட்டாரங்களும் தனித்தொதுங்கி நின்றும், தன்னிறைவு கண்டும் இருந்த நிலை மாறி, ஒவ்வொரு திசையிலும் பரஸ்பரப் பிணைப்பும், தேசங்களுக்கிடையே ஒன்றையொன்று சார்ந்து நிற்கும் உலகளாவிய சார்புத் தன்மையும் நிலவக் காண்கிறோம். நுகர்பொருள் உற்பத்தியில் எப்படியோ அறிவுத்துறை உற்பத்தியிலும் அதே நிலைதான். தனித்தனி நாடுகளின் அறிவுசார் படைப்பாக்கங்கள் அனைத்து நாடுகளின் பொதுச் சொத்தாகின்றன. தேசிய ஒருதலைப்பட்சப் பார்வையும் குறுகிய மனப்பான்மையும் மேலும் மேலும் சாத்தியமின்றிப் போகின்றன. எண்ணற்ற தேசிய, வட்டார இலக்கியங்களிலிருந்து ஓர் உலக இலக்கியம் உதயமாகிறது.

அனைத்து உற்பத்திக் கருவிகளின் அதிவேக மேம்பாட்டின் மூலமும், தகவல் தொடர்பு சாதனங்களின் பிரம்மாண்ட

முன்னேற்றத்தின் மூலமும் முதலாளித்துவ வர்க்கம் அனைத்துத் தேசங்களையும், மிகவும் அநாகரிகக் கட்டத்தில் இருக்கும் தேசங்களையும்கூட, நாகரிக வட்டத்துக்குள் இழுக்கிறது. முதலாளித்துவ வர்க்கம் தன்னுடைய பண்டங்களின் மலிவான விலைகள் என்னும் வலிமை மிக்க பீரங்கிகளைக் கொண்டு, சீன மதிலையொத்த தடைச்சுவர்களை எல்லாம் தகர்த்தெறிகின்றது; அதன்மூலம், அநாகரிக மக்களுக்கு அந்நியர்பால் உள்ள முரட்டுப் பிடிவாதமான வெறுப்பைக் கைவிட்டுப் பணிந்துபோகக் கட்டாயப்படுத்துகிறது. முதலாளித்துவ உற்பத்தி முறையை ஏற்காவிடில் அழிய நேருமென்ற அச்சத்தின் காரணமாக அனைத்துத் தேசங்களும் அம்முறையைத் தழுவிட நிர்ப்பந்திக்கிறது. அனைத்து தேசங்களையும் நாகரிகம் என்று தான் கருதுவதை ஏற்கும்படி, அதாவது, அவை தாமாகவே முதலாளித்துவமாக மாறக் கட்டாயப்படுத்துகிறது. சுருங்கக் கூறின், தன்னுடைய பிரதிபிம்பமான ஓர் உலகைப் படைக்கிறது.

முதலாளித்துவ வர்க்கம் நாட்டுப்புறத்தை நகரங்களின் ஆட்சிக்கு உட்படுத்திவிட்டது. மாபெரும் நகரங்களை உருவாக்கியுள்ளது. நாட்டுப்புற மக்கள் தொகையுடன் ஒப்பிடுகையில் நகர்ப்புற மக்கள் தொகையைப் பெருமளவு அதிகரிக்கச் செய்துள்ளது. இவ்வாறாக, மக்கள் தொகையில் கணிசமான ஒரு பகுதியினரைக் கிராம வாழ்க்கையின் மடமையிலிருந்து மீட்டுள்ளது. நாட்டுப்புறம் நகரங்களைச் சார்ந்திருக்குமாறு செய்துள்ளதைப் போன்றே, அநாகரிக நிலையிலும் அரை-நாகரிக நிலையிலுமுள்ள நாடுகள் நாகரிக நாடுகளைச் சார்ந்திருக்குமாறும், விவசாயிகளின் நாடுகள் முதலாளித்துவ நாடுகளைச் சார்ந்திருக்குமாறும், கிழக்கு நாடுகள் மேற்கு நாடுகளைச் சார்ந்திருக்குமாறும் செய்துள்ளது.

மக்கள் தொகையும், உற்பத்திச் சாதனங்களும், சொத்துகளும் சிதறுண்டு கிடக்கும் நிலையை முதலாளித்துவ வர்க்கம் மேலும் மேலும் ஒழித்துக்கொண்டே வருகிறது. மக்கள் தொகையை ஆங்காங்கே குவித்து வைத்துள்ளது. உற்பத்திச் சாதனங்களை மையப்படுத்தியுள்ளது. சொத்துகளை ஒருசிலர் கையில் குவிய வைத்துள்ளது. இதன் தவிர்க்கவியலாத விளைவு அரசியல் அதிகாரம் மையப்படுதலாகும். தமக்கென தனியான நலன்கள்,

சட்டங்கள், அரசாங்கங்கள், வரிவிதிப்பு முறைகளைக் கொண்ட, சுயேச்சையான அல்லது தளர்ந்த இணைப்புக் கொண்டிருந்த மாநிலங்கள், ஒரே அரசாங்கம், ஒரே சட்டத் தொகுப்பு, ஒரே தேசிய வர்க்க நலன், ஒரே தேச எல்லை, ஒரே சுங்கவரி முறைகொண்ட ஒரே தேசமாக ஒன்றிணைந்துவிட்டன.

முதலாளித்துவ வர்க்கம் நூறாண்டுகள்கூட ஆகாத அதன் ஆட்சிக் காலத்தில், இதற்கு முந்தைய தலைமுறைகள் அனைத்தும் சேர்ந்து உருவாக்கியவற்றைக் காட்டிலும் மிகப்பெரிய அளவில் மிகப் பிரம்மாண்டமான உற்பத்தி சக்திகளை உருவாக்கி வைத்துள்ளது. இயற்கையின் சக்திகளை மனிதனுக்கு அடிபணியச் செய்தல், எந்திர சாதனங்கள், தொழில்துறைக்கும் விவசாயத்துக்கும் இரசாயனத்தைப் பயன்படுத்தல், நீராவிப் கப்பல் போக்குவரத்து, ரயில் பாதைகள், மின்சாரத் தந்தி, கண்டங்கள் முழுவதையும் திருத்திச் சாகுபடிக்குத் தகவமைத்தல், கால்வாய்கள் வெட்டி நதிகளைப் பயன்படுத்தல், மனிதனின் காலடி படாத இடங்களிலும் மாயவித்தைபோல் பெருந்திரளான மக்களைக் குடியேற்றுவித்தல் – இத்தகைய உற்பத்தி சக்திகள் சமூக உழைப்பின் மடியில் துயில் கொண்டிருக்குமென இதற்கு முந்தைய நூற்றாண்டு கற்பனையாவது செய்திருக்குமா?

ஆக நாம் காண்பது என்னவெனில்: முதலாளித்துவ வர்க்கம் தன்னைக் கட்டி அமைத்துக்கொள்ள அடித்தளமாக இருந்த உற்பத்திச் சாதனங்களும், பரிவர்த்தனைச் சாதனங்களும் நிலப்பிரபுத்துவ சமுதாயத்தில் உருவாக்கப்பட்டவை. இந்த உற்பத்தி மற்றும் பரிவர்த்தனைச் சாதனங்களுடைய வளர்ச்சியின் குறிப்பிட்ட ஒரு கட்டத்தில், நிலப்பிரபுத்துவ சமுதாயம் எத்தகைய சமூக நிலைமைகளின்கீழ் உற்பத்தியும் பரிவர்த்தனையும் செய்து வந்ததோ அந்தச் சமூக நிலைமைகளும், விவசாயம், பட்டறைத் தொழில் ஆகியவற்றில் நிலவிய நிலப்பிரபுத்துவ ஒழுங்கமைப்பும், சுருங்கக் கூறின், நிலப்பிரபுத்துவச் சொத்துடைமை உறவுகள், ஏற்கெனவே வளர்ச்சிபெற்றுவிட்ட உற்பத்திச் சக்திகளுக்கு இனிமேலும் ஒவ்வாதவை ஆயின. அவை, [உற்பத்தியைக் கட்டிப்போடும்] கால் விலங்குகளாக மாறின. அந்த விலங்குகளை உடைத்தெறிய வேண்டியிருந்தது; அவை உடைத்தெறியப்பட்டன.

அவற்றின் இடத்தில் தடையற்ற போட்டியும், அதனுடன் கூடவே அதற்கு ஏற்றாற் போன்ற சமூக, அரசியல் அமைப்புச் சட்டமும், முதலாளித்துவ வர்க்கத்தின் பொருளாதார, அரசியல் ஆதிக்கமும் வந்து அமர்ந்து கொண்டன.

இதேபோன்ற ஓர் இயக்கம் [இப்போது] நம் கண்ணெதிரே நடைபெற்று வருகிறது. தனக்கே உரிய உற்பத்தி உறவுகளையும், பரிவர்த்தனை உறவுகளையும் சொத்துடைமை உறவுகளையும் கொண்டுள்ள நவீன முதலாளித்துவ சமுதாயம் - இவ்வளவு பிரம்மாண்ட உற்பத்திச் சாதனங்களையும் பரிவர்த்தனைச் சாதனங்களையும் மாயவித்தைபோல் தோற்றுவித்துள்ள இந்த முதலாளித்துவ சமுதாயம் - தனது மந்திரத்தின் வலிமையால் பாதாள உலகிலிருந்து தட்டியெழுப்பி வந்த சக்திகளை இனிமேலும் கட்டுப்படுத்த முடியாமல் திணறும் மந்திரவாதியின் நிலையில் இருக்கிறது. கடந்த சில பத்தாண்டுகளது தொழில்துறை, வணிகம் ஆகியவற்றின் வரலாறானது, நவீன உற்பத்தி உறவுகளுக்கு எதிராகவும், முதலாளித்துவ வர்க்கமும் அதன் ஆட்சியதிகாரமும் நிலவுதற்கு அடிப்படையாக விளங்கும் சொத்துடைமை உறவுகளுக்கு எதிராகவும், நவீன உற்பத்தி சக்திகள் நடத்தும் கலகத்தின் வரலாறே ஆகும். இதனை உறுதிப்படுத்த, குறிப்பிட்ட கால இடைவெளியில் ஏற்படும் வணிக நெருக்கடிகளைக் குறிப்பிட்டாலே போதும். இந்த நெருக்கடிகள் ஒவ்வொரு முறை வரும்போதும் முன்னைவிட அச்சமூட்டும் வகையில், ஒட்டுமொத்த முதலாளித்துவ சமுதாயத்தின் இருப்பையே கேள்விக்கு உள்ளாக்குகின்றன. இந்த நெருக்கடிகளின்போது, இருப்பிலுள்ள உற்பத்திப் பொருள்களின் பெரும்பகுதி மட்டுமன்றி, ஏற்கெனவே உருவாக்கப்பட்ட உற்பத்தி சக்திகளில் ஒரு பெரும்பகுதியும் தொடர்ந்து அழிக்கப்படுகிறது. இதற்கு முந்தைய சகாப்தங்கள் அனைத்திலும் அபத்தமானதாகக் கருதப்பட்டிருக்கும் ஒரு கொள்ளை நோய் – தேவைக்கு அதிகமான உற்பத்தி என்னும் கொள்ளை நோய் - இந்த நெருக்கடிகளின்போது தொற்றுகிறது. சமுதாயம், தான் திடீரெனத் தற்காலிக அநாகரிக நிலைக்குப் பின்னோக்கித் தள்ளப்பட்டுள்ளதைக் காண்கிறது. ஏதோ ஒரு பெரும் பஞ்சம் அல்லது உலகளாவிய ஒரு சர்வநாசப் போர் ஏற்பட்டு

வாழ்வாதாரப் பொருள்கள் அனைத்தின் வினியோகமும் நிறுத்தப்பட்டதுபோல் தோன்றுகிறது; தொழிலும் வணிகமும் அழிக்கப்பட்டுவிட்டதாகத் தோன்றுகிறது; ஏன் இப்படி? காரணம், இங்கே மிதமிஞ்சிய நாகரிகம், மிதமிஞ்சிய வாழ்வாதாரப் பொருள்கள், மிதமிஞ்சிய தொழில்கள், மிதமிஞ்சிய வணிகம் இருப்பதுதான். சமுதாயத்தின் வசமுள்ள உற்பத்தி சக்திகள், முதலாளித்துவச் சொத்துடைமை உறவுகளின் வளர்ச்சியை முன்னெடுத்துச் செல்ல இனிமேலும் உதவப் போவதில்லை. மாறாக, அந்த உறவுகளை மீறி உற்பத்தி சக்திகள் வலிமை மிக்கவை ஆகிவிட்டன. முதலாளித்துவ உடைமை உறவுகள், உற்பத்தி சக்திகளின் வளர்ச்சிக்குத் தளைகளாகிவிட்டன. உற்பத்தி சக்திகள் இந்தத் தளைகளைக் தகர்த்தெறியத் தொடங்கியதுமே அவை முதலாளித்துவ சமுதாயம் முழுமையிலும் குழப்பம் விளைவிக்கின்றன; முதலாளித்துவச் சொத்துடைமை நிலவுதற்கே ஆபத்தை ஏற்படுத்துகின்றன. தாம் உற்பத்தி செய்யும் செல்வத்தைத் தம்முள் இருத்தி வைக்க இடம் போதாத அளவுக்கு, முதலாளித்துவ சமுதாய உறவுகள் மிகவும் குறுகலாக இருக்கின்றன. முதலாளித்துவ வர்க்கம் இந்த நெருக்கடிகளை எவ்வாறு சமாளிக்கிறது? ஒருபுறம், உற்பத்தி சக்திகளில் பெரும்பகுதியை வலிந்து அழிப்பதன் மூலமும், மறுபுறம் புதிய சந்தைகளை வென்றெடுப்பதன் மூலமும், பழைய சந்தைகளை இன்னும் ஓட்டச் சுரண்டுவதன் மூலமும் இந்த நெருக்கடிகளைச் சமாளிக்கிறது. அதாவது மேலும் விரிவான, மேலும் நாசகரமான நெருக்கடிகளுக்கு வழி வகுப்பதன் மூலமும், நெருக்கடிகளை முன்தடுப்பதற்கான வழிமுறைகளைக் குறைப்பதன் மூலமும் இந்த நெருக்கடிகளைச் சமாளிக்கிறது.

எந்த ஆயுதங்களைக் கொண்டு முதலாளித்துவ வர்க்கம் நிலப்பிரபுத்துவத்தை வீழ்த்தித் தரைமட்டம் ஆக்கியதோ, அதே ஆயுதங்கள் இப்போது முதலாளித்துவ வர்க்கத்துக்கு எதிராகத் திருப்பப்படுகின்றன. ஆனால், முதலாளித்துவ வர்க்கம் தனக்கே அழிவைத் தரப்போகும் ஆயுதங்களை மட்டும் வார்த்தெடுக்கவில்லை; அந்த ஆயுதங்களைக் கையாளப்போகும் மனிதர்களையும், அதாவது நவீனத் தொழிலாளி வர்க்கமாகிய பட்டாளிகளையும் உருவாக்கி உலவவிட்டுள்ளது.

முதலாளித்துவ வர்க்கம், அதாவது மூலதனம் எந்த அளவுக்கு வளர்கிறதோ, அதே அளவுக்கு நவீனத் தொழிலாளி வர்க்கமாகிய பாட்டாளி வர்க்கமும் வளர்கிறது. இந்த வர்க்கத்தைச் சேர்ந்த தொழிலாளர்கள் தமக்கு வேலை கிடைக்கும் வரைதான் வாழ முடியும்; இவர்களின் உழைப்பு மூலதனத்தைப் பெருக்கும் வரைதான் இவர்களுக்கு வேலையும் கிடைக்கும். தம்மைத்தாமே கொஞ்சம் கொஞ்சமாக விலைக்கு விற்றாக வேண்டிய நிலையிலுள்ள இந்தத் தொழிலாளர்கள், ஏனைய பிற விற்பனைப் பொருள்களைப் போன்று ஒரு பரிவர்த்தனைப் பண்டமாகவே இருக்கிறார்கள். அதன் விளைவாக, வணிகப் போட்டியின் அனைத்து வகையான சாதக பாதகங்களுக்கும், சந்தையின் ஏற்ற இறக்கங்கள் அனைத்துக்கும் இலக்காகிறார்கள்.

பரந்த அளவில் எந்திரங்களின் பயன்பாடு, உழைப்புப் பிரிவினை ஆகியவற்றின் காரணமாக, பாட்டாளிகளின் வேலையானது அதன் தனித்தன்மை முழுவதையும் இழந்துவிட்டது. அதன் விளைவாக, தொழிலாளிக்கு தன் வேலை மீதிருந்த ஈர்ப்பு முழுவதும் இல்லாமல் போனது. அவர் எந்திரத்தில் பொருத்தப்பட்ட ஒரு துணையுறுப்பாக ஆகிவிடுகிறார். அவரது வேலையைச் செய்ய அவருக்குத் தேவைப்படுவதெல்லாம் மிகவும் எளிமையான, மிகவும் சலிப்பூட்டும்படியான, மிகவும் எளிதாகக் கற்றுக்கொள்ளக்கூடிய சாமர்த்தியம் மட்டுமே. எனவே ஒரு தொழிலாளியின் உற்பத்திச் செலவு என்பது, அனேகமாக முற்றிலும் அவருடைய பராமரிப்புக்காகவும், அவருடைய இன விருத்திக்காகவும், அவருக்குத் தேவைப்படுகின்ற பிழைப்புச் சாதனங்களின் அளவுக்குக் குறுகிவிடுகிறது. ஆனால் ஒரு பண்டத்தின் விலை – ஆகவே உழைப்பின் விலை[36] – அதன் உற்பத்திச் செலவுக்குச் சமம் ஆகும். எனவே, வேலையின் வெறுப்பூட்டும் தன்மை அதிகரிக்கும் அளவுக்கு கூலி குறைகிறது. அதுமட்டுமல்ல, எந்திரங்களின் பயன்பாடும், உழைப்புப் பிரிவினையும் எந்த அளவுக்கு அதிகரிக்கின்றனவோ, அந்த அளவுக்கு வேலைப் பளுவும் அதிகமாகிறது. வேலை நேரத்தை நீட்டிப்பதன் மூலமோ, குறிப்பிட்ட நேரத்தில் வாங்கப்படும் வேலையைக் கூடுதலாக்குவதன் மூலமோ, அல்லது எந்திரங்களின் வேகத்தை அதிகரிப்பதன் மூலமோ, இன்னபிற வழிகளிலோ இது

நடந்தேறுகிறது. நவீனத் தொழில்துறையானது, தந்தைவழிக் குடும்ப எஜமானனின் மிகச்சிறிய தொழில்கூடத்தைத் தொழில் முதலாளியின் மிகப்பெரிய தொழிற்சாலையாக மாற்றியுள்ளது. தொழிற்சாலையினுள் குவிக்கப்பட்டுள்ள திரளான தொழிலாளர்கள் படைவீரர்களைப்போல் ஒழுங்கமைக்கப்பட்டுள்ளனர். தொழில்துறை ராணுவத்தின் படைவீர்கள் என்ற முறையில் இவர்கள், அதிகாரிகளையும் அணித்தலைவர்களையும் (*officers and sergeants*) கொண்ட, ஒரு துல்லியமான படிநிலை அமைப்பினுடைய அதிகாரத்தின்கீழ் வைக்கப்படுகிறார்கள். இவர்கள் முதலாளித்துவ வர்க்கத்துக்கும் முதலாளித்துவ அரசுக்கும் அடிமைகளாக இருப்பது மட்டுமல்ல, நாள்தோறும் மணிதோறும் எந்திரத்தாலும், மேலாளர்களாலும், அனைத்துக்கும் மேலாகத் தனிப்பட்ட முதலாளித்துவத் தொழிலதிபராலும் அடிமைப்படுத்தப்படுகிறார்கள். லாபமே தன் இறுதி லட்சியம், குறிக்கோள் என இந்தக் கொடுங்கோன்மை, எந்த அளவுக்கு அதிக வெளிப்படையாகப் பிரகடனம் செய்கிறதோ அந்த அளவுக்கு அது மேலும் அற்பமானதாக, மேலும் வெறுக்கத்தக்கதாக, மேலும் கசப்பூட்டுவதாக இருக்கிறது.

உடலுழைப்புக்கான திறமை மற்றும் உடல் வலிமை எந்த அளவுக்குக் குறைவாகத் தேவைப்படுகின்றதோ, அதாவது நவீனத் தொழில்துறை எந்த அளவுக்கு மேலும் மேலும் வளர்ச்சி பெறுகின்றதோ, அந்த அளவுக்கு மேலும் மேலும் ஆண்களின் உழைப்புப் பெண்களின் உழைப்பால் அகற்றப்படுகிறது. தொழிலாளி வர்க்கத்துக்கு வயது வேறுபாடும், ஆண், பெண் என்கிற பால் வேறுபாடும் இனிமேல் எவ்வித தனித்த சமூக முக்கியத்துவத்தையும் கொண்டிருக்கவில்லை. அனைவருமே உழைப்புக் கருவிகள்தாம். அவர்களைப் பயன்படுத்திக் கொள்வதற்கு ஆகும் செலவு மட்டும் அவர்களின் வயதுக்கும் பாலினத்துக்கும் தக்கவாறு அதிகமாகவோ குறைவாகவோ இருக்கிறது.

ஆலை முதலாளியால் குறிப்பிட்ட மணிநேரம் சுரண்டப்பட்ட தொழிலாளி, முடிவில் தன் கூலியைப் பணமாகப் பெற்றுக் கொண்ட மறுகணம், முதலாளித்துவ வர்க்கத்தின் பிற

பகுதியினரான வீட்டுச் சொந்தக்காரர், கடைக்காரர், அடகுக்காரர், மற்றும் இன்ன பிறரிடம் அகப்பட்டுக் கொள்கிறார்.

நடுத்தர வர்க்கத்தின் கீழ்த்தட்டுகளைச் சேர்ந்தவர்களான சிறிய வணிகர்கள், கடைக்காரர்கள், பொதுவாகப் பரந்த வணிகத் தொடர்புகளின்றிக் குறுகிய அளவில் வணிகம் செய்வோர், கைவினைஞர்கள், விவசாயிகள் இவர்கள் அனைவரும் படிப்படியாகத் தாழ்வுற்றுப் பாட்டாளி வர்க்கத்தில் கலந்துவிடுகின்றனர். அவர்களின் சொற்ப மூலதனம் நவீனத் தொழில்துறையின் வீச்சுக்கு ஈடுகொடுத்துத் தொழில்நடத்தப் போதாமல், பெரிய முதலாளிகளுடனான போட்டியில் மூழ்கிப் போய்விடுவது ஒருபாதிக் காரணமாகும். அவர்களுடைய தனிச்சிறப்பான திறைமைகள் புதிய உற்பத்தி முறைகளால் மதிப்பற்றதாகி விடுவது மறுபாதிக் காரணமாகும். இவ்வாறாக, மக்கள் தொகையின் அனைத்து வர்க்கங்களிடமிருந்தும் பாட்டாளி வர்க்கத்துக்கு ஆட்கள் சேர்கின்றனர்.

பாட்டாளி வர்க்கம் பல்வேறு வளர்ச்சிக் கட்டங்களைக் கடந்து செல்கிறது. பிறந்தவுடனே அது முதலாளித்துவ வர்க்கத்துடனான தனது போராட்டத்தைத் தொடங்கிவிடுகிறது. முதலாவதாக, இந்தப் போராட்டத்தைத் தனித்தனித் தொழிலாளர்களும், அடுத்து ஒரு தொழிற்சாலையைச் சேர்ந்த தொழிலாளர்களும், பிறகு ஒரு வட்டாரத்தில் ஒரு தொழிற்பிரிவைச் சேர்ந்த தொழிலாளர்களும், தம்மை நேரடியாகச் சுரண்டும் தனித்தனி முதலாளிகளுக்கு எதிராக நடத்துகின்றனர். தொழிலாளர்கள், முதலாளித்துவ உற்பத்தி உறவுகளுக்கு எதிராகத் தங்களின் தாக்குதல்களைத் தொடுக்கவில்லை. உற்பத்திக் கருவிகளை எதிர்த்தே தாக்குதல் தொடுக்கின்றனர். அவர்களின் உழைப்போடு போட்டியிடும் இறக்குமதிப் பொருள்களை அவர்கள் அழிக்கின்றனர்; எந்திரங்களைச் சுக்கு நூறாக உடைத்தெறிகின்றனர்; தொழிற்சாலைகளைத் தீவைத்துக் கொளுத்துகின்றனர்; மறைந்துபோய்விட்ட, மத்திய காலத்துத் தொழிலாளியின் அந்தஸ்தைப் பலாத்காரத்தின் மூலம் மீட்டமைக்க முயல்கின்றனர்.

இந்தக் கட்டத்தில் தொழிலாளர்கள், இன்னமும் நாடு முழுமையும் சிதறிக் கிடக்கின்ற, தமக்குள்ளே ஒத்திசைவில்லாத

ஒரு கூட்டமாகவே உள்ளனர். அவர்களுக்கிடையே நிலவும் பரஸ்பரப் போட்டியால் பிளவுபட்டுள்ளனர். அவர்கள் எங்காவது மிகவும் கட்டுக்கோப்பான அமைப்புகளில் ஒன்றுபட்டுள்ளார்கள் எனில், அந்த ஒற்றுமை இன்னமும்கூட அவர்கள் தாமாக முன்வந்து ஒன்றுபட்டதன் விளைவாக இல்லாமல், முதலாளித்துவ வர்க்கத்தின் ஒற்றுமையால் ஏற்பட்ட விளைவாகவே உள்ளது. முதலாளித்துவ வர்க்கம் தன் சொந்த அரசியல் லட்சியங்களை அடையும் பொருட்டு, ஒட்டுமொத்தப் பாட்டாளி வர்க்கத்தைக் களத்தில் இறக்கும் கட்டாயத்துக்கு ஆளாகிறது. மேலும், சிறிது காலத்துக்கு அவ்வாறு செய்யவும் அதனால் முடிகிறது. எனவே, இந்தக் கட்டத்தில் பாட்டாளிகள் அவர்களின் பகைவர்களோடு போராடவில்லை; பகைவர்களின் பகைவர்களாகிய எதேச்சாதிகார முடியாட்சியின் மிச்சமீதங்கள், நிலவுடைமையாளர்கள், தொழில்துறை சாராத முதலாளிகள், குட்டி முதலாளிகள் ஆகியோரை எதிர்த்துத்தான் போராடுகின்றனர். இவ்வாறாக, வரலாற்று ரீதியான இயக்கம் முழுமையும் முதலாளித்துவ வர்க்கத்தின் கைகளில் குவிந்துள்ளது; இவ்வகையில் பெறப்படும் ஒவ்வொரு வெற்றியும் முதலாளித்துவ வர்க்கத்துக்கே வெற்றியாக அமைகிறது.

ஆனால் தொழில்துறையின் வளர்ச்சியைத் தொடர்ந்து தொழிலாளி வர்க்கம் எண்ணிக்கையில் அதிகமாவது மட்டுமின்றி, பெருந்திரள்களாகவும் குவிக்கப்படுகிறது; அதன் வலிமை வளர்கிறது; அந்த வலிமையை அது அதிகம் உணரவும் செய்கிறது. எந்த அளவுக்கு எந்திர சாதனங்கள் உழைப்பின் பாகுபாடுகள் அனைத்தையும் துடைத்தொழித்து, அனேகமாக எல்லா இடங்களிலும் கூலி விகிதங்களை ஒரேமாதிரிக் கீழ்மட்டத்துக்குக் குறைக்கிறதோ அந்த அளவுக்குப் பாட்டாளி வர்க்க அணிகளுக்குள்ளே பல்வேறு நலன்களும், வாழ்க்கை நிலைமைகளும் மேலும் மேலும் சமன் ஆக்கப்படுகின்றன. முதலாளித்துவ வர்க்கத்தாரிடையே வளர்ந்துவரும் போட்டியும், அதன் விளைவாக எழுகின்ற வணிக நெருக்கடிகளும் தொழிலாளர்களின் கூலிகளை எப்போதும் ஏற்ற இறக்கத்துக்கு உள்ளாக்குகின்றன. தொடர்ந்து அதிவேக வளர்ச்சி காணும் எந்திர சாதனங்களின் முடிவுறாத மேம்பாடு, அவர்களுடைய

பிழைப்பை மேலும் மேலும் நிலையற்றதாக்குகிறது. தனிப்பட்ட தொழிலாளர்களுக்கும் தனிப்பட்ட முதலாளிகளுக்கும் இடையேயான மோதல்கள், மேலும் மேலும் இரு வர்க்கங்களுக்கு இடையிலான மோதல்களின் தன்மையைப் பெறுகின்றன. உடனே தொழிலாளர்கள் முதலாளிகளுக்கு எதிராகக் கூட்டமைப்புகளை (தொழிற் சங்கங்களை) அமைத்துக்கொள்ளத் தொடங்குகின்றனர். கூலிகளின் விகிதத்தைத் [குறைந்து போகாமல்] தக்கவைத்துக்கொள்ள அவர்கள் ஒன்று சேர்கிறார்கள். அவ்வப்போது மூளும் இந்தக் கிளர்ச்சிகளுக்கு முன்னேற்பாடு செய்து கொள்ளும் பொருட்டு, நிரந்தரமான சங்கங்களை நிறுவிக்கொள்கின்றனர். இங்கும் அங்கும் [சில இடங்களில்] இந்தப் போராட்டம் கலகங்களாக வெடிக்கிறது.

அவ்வப்போது சில வேளைகளில் தொழிலாளர்கள் வெற்றி பெறுகின்றனர். ஆனாலும் அது தற்காலிக வெற்றியே. அவர்களுடைய போராட்டங்களின் மெய்யான பலன் அவற்றின் உடனடி விளைவில் அடங்கியிருக்கவில்லை. எப்போதும் விரிவடைந்து செல்லும் தொழிலாளர்களின் ஒற்றுமையில் அடங்கியுள்ளது. நவீனத் தொழில்துறை உருவாக்கியுள்ள மேம்பட்ட தகவல் தொடர்புச் சாதனங்கள் இந்த ஒற்றுமைக்குத் துணைபுரிகின்றன. வெவ்வேறு வட்டாரங்களைச் சேர்ந்த தொழிலாளர்கள் ஒருவரோடொருவர் தொடர்புகொள்ள இவை உதவுகின்றன. யாவும் ஒரே தன்மை கொண்ட, எண்ணற்ற வட்டாரப் போராட்டங்களை வர்க்கங்களுக்கு இடையேயான ஒரே தேசியப் போராட்டமாக மையப்படுத்த இந்தத் தொடர்புதான் தேவையாக இருந்தது. ஆனால், ஒவ்வொரு வர்க்கப் போராட்டமும் ஓர் அரசியல் போராட்டமே ஆகும். மத்திய காலத்து நகரத்தார், அவர்களுடைய படுமோசமான சாலைகளின் துணைகொண்டு, எந்த ஒற்றுமையைச் சாதிக்கப் பலநூறு ஆண்டுகள் தேவைப்பட்டனவோ அந்த ஒற்றுமையை, நவீனப் பாட்டாளிகள் ரயில்பாதைகளின் துணைகொண்டு ஒருசில ஆண்டுகளிலேயே சாதித்துவிட்டனர்.

தங்களை ஒரு வர்க்கமாகவும், அதன்மூலம் ஓர் அரசியல் கட்சியாகவும் ஆக்கிக் கொள்ளும் பாட்டாளிகளின் இந்த

ஒழுங்கமைப்பானது, தொழிலாளர்களுக்கு உள்ளேயே நிகழும் போட்டியின் காரணமாகத் தொடர்ந்து சீர்குலைந்து வருகிறது. எனினும் பாட்டாளிகளின் இந்த ஒழுங்கமைப்பு முன்னிலும் வலிமை மிக்கதாக, உறுதி மிக்கதாக, சக்தி மிக்கதாக மீண்டும் வீறுகொண்டு எழுகிறது. இது முதலாளித்துவ வர்க்கத்தின் மத்தியிலேயே நிலவும் பிளவுகளைப் பயன்படுத்தித் தொழிலாளர்களின் குறிப்பிட்ட நலன்களுக்குச் சட்ட அங்கீகாரம் வழங்கக் கட்டாயப்படுத்துகிறது. இவ்வாறுதான் இங்கிலாந்தில் பத்து மணிநேர வேலைநாள் மசோதா சட்டமாக்கப்பட்டது.

மொத்தமாகப் பார்க்குமிடத்து, பழைய சமுதாயத்தின் வர்க்கங்களுக்கு இடையே நிகழும் மோதல்கள், பாட்டாளி வர்க்கத்தின் வளர்ச்சிப் போக்குக்குப் பல வழிகளிலும் உதவுகின்றன. முதலாளித்துவ வர்க்கம் இடையறாத ஒரு போராட்டத்தில் சிக்கிக்கொண்டுள்ளது. முதலில் பிரபுக் குலத்துடன் போராட வேண்டியிருந்தது; அதன்பிறகு, முதலாளித்துவ வர்க்கத்தைச் சேர்ந்த சில பகுதிகளின் நலன்கள் தொழில்துறை முன்னேற்றத்துக்கு எதிராகிவிடும்போது, அந்தப் பகுதிகளுடன் போராட வேண்டியுள்ளது; எந்தக் காலத்திலும் அன்னிய நாடுகளின் முதலாளித்துவ வர்க்கத்துடன் அது போராட வேண்டியுள்ளது. இந்தப் போராட்டங்கள் அனைத்திலும் முதலாளித்துவ வர்க்கம், பாட்டாளி வர்க்கத்துக்கு வேண்டுகோள் விடுக்கவும், அதன் உதவியை நாடவும், அப்படியே அதனை அரசியல் அரங்குக்கு இழுத்துவரவும் வேண்டிய கட்டாயத்துக்கு உள்ளாகிறது. ஆக, முதலாளித்துவ வர்க்கமே, பாட்டாளி வர்க்கத்துக்குத் தன் சொந்த அரசியல் கல்வியின் கூறுகளையும், பொதுக் கல்வியின் கூறுகளையும் வழங்குகிறது. வேறு சொற்களில் கூறுவதெனில், முதலாளித்துவத்தோடு போரிடுவதற்கான ஆயுதங்களைப் பாட்டாளி வர்க்கத்துக்கு முதலாளித்துவமே வழங்குகிறது.

மேலும், நாம் ஏற்கெனவே அறிந்தபடி, தொழில்துறை முன்னேற்றத்தின் விளைவாக ஆளும் வர்க்கங்களில் பல பிரிவுகள் முழுமையாகப் பாட்டாளி வர்க்கத்துக்குள் தள்ளப்படுகின்றன. அல்லது, குறைந்தபட்சம் அவற்றின் வாழ்வாதார நிலைமைகள் ஆபத்துக்கு உள்ளாக்கப்படுகின்றன.

இந்தப் பிரிவுகளும் பாட்டாளி வர்க்கத்தின் ஞானோதயத்துக்கும் முன்னேற்றத்துக்குமான பல புத்தம் புதிய கூறுகளை வழங்குகின்றன.

இறுதியாக, வர்க்கப் போராட்டம் தீர்மானகரமான நிலையை நெருங்கும் நேரத்தில், ஆளும் வர்க்கத்தினுள்ளே, சொல்லப்போனால் பழைய சமுதாயம் முழுமையினுள்ளும், நடைபெறுகின்ற கரைந்துபோகும் நிகழ்வுப் போக்கானது, வெகு உக்கிரமான, பகிரங்கமான நிலையை எட்டுகிறது. ஆளும் வர்க்கத்தின் ஒரு சிறு பிரிவு தன்னைத் தனியே துண்டித்துக் கொண்டு, எதிர்காலத்தைத் தன் கைப்பிடிக்குள் வைத்திருக்கும் புரட்சிகர வர்க்கத்துடன் சேர்ந்து கொள்கிறது. ஆக, முந்தைய காலகட்டத்தில், எவ்வாறு பிரபுக்களில் ஒரு பிரிவு முதலாளித்துவ வர்க்கத்தின் பக்கம் சென்றதோ, அதேபோல இப்போது முதலாளித்துவ வர்க்கத்தின் ஒரு பகுதி பாட்டாளி வர்க்கத்தின் பக்கம் செல்கிறது. அதிலும் குறிப்பாக முதலாளித்துவச் சித்தாந்தவாதிகளுள், வரலாற்று இயக்கத்தின் முழுப் பரிமாணத்தையும் தத்துவ ரீதியில் புரிந்துகொள்ளும் அளவுக்குத் தம்மை உயர்த்திக்கொண்ட ஒரு பிரிவினர் பாட்டாளி வர்க்கத்தின் பக்கம் செல்கின்றனர்.

இன்றைக்கு முதலாளித்துவ வர்க்கத்தை நேருக்குநேர் எதிர்த்து நிற்கும் வர்க்கங்கள் அனைத்திலும் பாட்டாளி வர்க்கம் ஒன்று மட்டுமே உண்மையில் புரட்சிகரமான வர்க்கமாகும். பிற வர்க்கங்கள் நவீனத் தொழில்துறையின் முன்னே சிதைவுற்று முடிவில் மறைந்து போகின்றன. பாட்டாளி வர்க்கம் மட்டும்தான் நவீனத் தொழில்துறையின் தனிச்சிறப்பான, சாரமான விளைபொருளாகும்.

அடித்தட்டு நடுத்தர வர்க்கத்தினர், சிறு பட்டறையாளர், கடைக்காரர், கைவினைஞர், விவசாயி இவர்கள் அனைவரும், நடுத்தர வர்க்கத்தின் ஒரு பகுதியாகத் தம் இருப்பை அழிவிலிருந்து காத்துக்கொள்ள முதலாளித்துவ வர்க்கத்தை எதிர்த்துப் போராடுகிறார்கள். எனவே, இவர்கள் பழமைவாதிகளே அன்றிப் புரட்சிகரமானவர் அல்லர். மேலும் இவர்கள் வரலாற்றுச் சக்கரத்தைப் பின்னோக்கிச் செலுத்த முயல்வதால், இவர்கள் பிற்போக்காளரும் ஆவர். இவர்கள் ஏதோ தற்செயலாகப்

புரட்சிகரமாக இருக்கிறார்கள் எனில், அவ்வாறு இருப்பதற்கு இவர்கள் பாட்டாளி வர்க்கமாக மாறிவிடும் தறுவாயில் உள்ளனர் என்பது மட்டுமே காரணம் ஆகும். இவ்வாறாக, இவர்கள் தமது நிகழ்கால நலன்களை அல்ல, எதிர்கால நலன்களையே பாதுகாத்துக் கொள்கின்றனர். அவர்கள் பாட்டாளி வர்க்கத்தின் கருத்துநிலையில் தம்மை வைத்துக்கொள்ளும் பொருட்டு, தமது சொந்தக் கருத்துநிலையையே கைவிடுகின்றனர்.

பழைய சமுதாயத்தின் மிகமிக அடிமட்ட அடுக்குகளிலிருந்து தூக்கி எறியப்பட்டுச் செயலற்று அழுகிக் கொண்டிருக்கும் சமூகக் கழிவாகிய ''ஆபத்தான வர்க்கம்'' இங்குமங்கும் ஒருசில இடங்களில் பாட்டாளி வர்க்கப் புரட்சியால் இயக்கத்துக்குள் இழுக்கப்படலாம். எனினும், அந்த வர்க்கத்தின் வாழ்க்கை நிலைமைகள், பிற்போக்குச் சூழ்ச்சியின் லஞ்சம் பெற்ற கைக்கூலியாகச் செயலாற்றவே அதனைப் பெரிதும் தயார் செய்கின்றன.

ஏற்கெனவே பாட்டாளி வர்க்க வாழ்க்கை நிலைமைகளில், பழைய சமுதாயத்தின் ஒட்டுமொத்த வாழ்க்கை நிலைமைகள் அனேகமாகப் புதையுண்டு போயின. பாட்டாளிக்குச் சொத்துக் கிடையாது; மனைவி மக்களிடம் அவனுக்குள்ள உறவுக்கும், முதலாளித்துவக் குடும்ப உறவுகளுக்கும் இடையே பொதுவான கூறுகள் எதுவும் இனிமேல் இல்லை. ஃபிரான்சில் இருப்பது போலவே இங்கிலாந்திலும், ஜெர்மனியில் இருப்பதுபோலவே அமெரிக்காவிலும், நவீனத் தொழில்துறை உழைப்பும், மூலதனத்துக்குக் கீழ்ப்படும் நவீன கால அடிமைத்தனமும், பாட்டாளியிடமிருந்து தேசியப் பண்பின் அனைத்து அடையாளங்களையும் துடைத்தெறிந்துவிட்டன. சட்டம், ஒழுக்கநெறி, மதம் என்றெல்லாம் பாட்டாளிக்கு எத்தனை முதலாளித்துவத் தப்பெண்ணங்கள் உள்ளனவோ அத்தனை முதலாளித்துவ நலன்கள் அவற்றின் பின்னால் பதுங்கி மறைந்து கொண்டுள்ளன.

மேலாதிக்கம் பெற்ற முந்தைய வர்க்கங்கள் யாவும், [உற்பத்திப் பொருள்களைக்] கையகப்படுத்தலில் தம்முடைய நிபந்தனைகளுக்கு ஒட்டுமொத்தச் சமுதாயத்தையும் உட்படுத்துவதன் மூலம், அவை ஏற்கெனவே பெற்றிருந்த

அந்தஸ்துக்கு அரண் அமைத்துக்கொள்ள முற்பட்டன. ஆனால் பாட்டாளிகள் அவர்களுக்கே உரிய முந்தைய கையகப்படுத்தும் முறையையும், அதன்மூலம் முந்தைய பிற கையகப்படுத்தும் முறைகள் அனைத்தையும் ஒழித்திடாமல், சமுதாயத்தின் உற்பத்தி சக்திகளுக்கு எஜமானர்கள் ஆக முடியாது. அவர்கள் பாதுகாத்து வைக்கவும் அரணமைத்துக் கொள்ளவும் சொந்தமாக ஏதும் பெற்றிருக்கவில்லை. தனிநபர் சொத்துடைமைக்கான முந்தைய பாதுகாப்புகளையும், அதன் காப்புறுதிகளையும் தகர்த்தெறிவதே பாட்டாளிகளின் லட்சியப் பணியாகும்.

இதற்குமுன் நடைபெற்ற வரலாற்று ரீதியான இயக்கங்கள் அனைத்தும் சிறுபான்மையினரின் இயக்கங்களாகவோ, அல்லது சிறுபான்மையினரின் நலனுக்கான இயக்கங்களாகவோ இருந்தன. ஆனால் பாட்டாளி வர்க்க இயக்கமோ மிகப் பெரும்பான்மையினர் பங்குபெறும், மிகப் பெரும்பான்மையினரின் நலனுக்காக நடக்கும், தன்னுணர்வுடன் கூடிய சுயேச்சையான இயக்கமாகும். இன்றைய நமது சமுதாயத்தின் மிகக் கீழான அடுக்காகவுள்ள பாட்டாளி வர்க்கம், அதிகாரப்பூர்வ சமுதாயத்தின் மேலமைந்துள்ள அடுக்குகள் முழுவதையும் விண்ணில் தூக்கி வீசி எறியாமல், தன்னால் [சிறிதும்] அசைய முடியாது; தன்னை உயர்த்திக் கொள்ளவும் முடியாது.

முதலாளித்துவ வர்க்கத்துடன் பாட்டாளி வர்க்கம் நடத்தும் போராட்டம், உள்ளடக்கத்தில் இல்லாவிட்டாலும், வடிவத்திலேனும், முதலில் அதுவொரு தேசியப் போராட்டமாகவே இருக்கிறது. சொல்லப் போனால், ஒவ்வொரு நாட்டின் பாட்டாளி வர்க்கமும் முதலில் தன் நாட்டின் முதலாளித்துவ வர்க்கத்துடன் கணக்குத் தீர்த்தாக வேண்டும்.

பாட்டாளி வர்க்க வளர்ச்சியின் மிகப் பொதுவான கட்டங்களைச் சித்தரிக்கும்போது, தற்போதைய சமுதாயத்தின் உள்ளேயே ஏறக்குறையத் திரைமறைவாக நடைபெற்றுவரும் உள்நாட்டுப் போரை, அது வெளிப்படையான புரட்சியாக வெடிக்கும் கட்டம்வரையில் – முதலாளித்துவ வர்க்கம் பலவந்தமாக வீழ்த்தப்பட்டு, பாட்டாளி வர்க்க ஆட்சியதிகாரத்துக்கு

அடித்தளம் இடப்படும் கட்டம்வரையில் - நாங்கள் வரைந்து காட்டியுள்ளோம்.

இதுநாள்வரையில் ஒவ்வொரு சமூக அமைப்புமுறையும், நாம் ஏற்கெனவே பார்த்தவாறு, ஒடுக்கும் வர்க்கத்துக்கும் ஒடுக்கப்படும் வர்க்கத்துக்கும் இடையிலான பகைமையையே அடித்தளமாகக் கொண்டிருந்தது. ஆனால் ஒரு வர்க்கத்தை ஒடுக்க வேண்டுமானால், அந்த வர்க்கம் குறைந்தபட்சம் அதன் அடிமை நிலையிலாவது தொடர்ந்து நீடித்திருப்பதற்குரிய சில நிபந்தனைகளை அதற்கு உத்தரவாதம் செய்திட வேண்டும். நிலப்பிரபுத்துவ எதேச்சாதிகார ஒடுக்குமுறையின்கீழ், குட்டி முதலாளித்துவப் பிரிவினர் ஒருவாறு முதலாளியாக வளர முடிந்தது. அதுபோலவே, பண்ணையடிமை முறை நிலவிய காலத்தில் பண்ணையடிமை, நகரத்தார் சமூக உறுப்பினனாகத் தன்னை உயர்த்திக் கொண்டான். இதற்கு மாறாக, [இன்றைய] நவீன காலத்துத் தொழிலாளி, தொழில்துறையின் முன்னேற்றத்தோடு கூடவே தானும் முன்னேறுவதற்குப் பதிலாக, தன் சொந்த வர்க்கம் நிலவுதற்குரிய [வாழ்வாதார] நிலைமைகளுக்கும் கீழே மேலும் மேலும் தாழ்ந்து போகிறான். அவன் பரம ஏழை ஆகிறான். பரம ஏழ்மை மக்கள் தொகையையும் செல்வத்தையும்விட அதிவேகமாக வளர்கிறது. இங்குதான் ஒன்று தெளிவாகிறது – முதலாளித்துவ வர்க்கம் இனிமேலும் சமுதாயத்தில் ஆளும் வர்க்கமாக நீடிக்கவும், தான் நிலவுதற்குரிய நிலைமைகளை அனைத்துக்கும் மேலான சட்டவிதியாகச் சமுதாயத்தின் மீது திணிக்கவும் தகுதியற்றது. முதலாளித்துவ வர்க்கம் ஆட்சியதிகாரம் செலுத்தவும் தகுதியற்றது. ஏனெனில், அதன் அடிமை, அவனுடைய அடிமை நிலையிலேயே தொடர்ந்து வாழ்வதற்குக்கூட வகைசெய்ய அதற்கு வக்கில்லை. மேலும், அதன் அடிமையிடமிருந்து தான் வாழ்வாதாரங்களைப் பெறுவதற்குப் பதிலாக, அந்த அடிமைக்கு வாழ்வாதாரங்களை வழங்கியாக வேண்டிய நிலைக்கு, அவன் தாழ்ந்து போவதை அதனால் தடுக்க முடியவில்லை என்பதும் காரணமாகும். சமுதாயம் இனிமேலும் இந்த முதலாளித்துவ வர்க்கத்தின்கீழ் வாழ முடியாது. வேறு சொற்களில் கூறுவதெனில், முதலாளித்துவ வர்க்கம் நிலவுவது இனிமேலும் சமுதாயத்துக்கு ஒவ்வாததாகிவிட்டது. முதலாளித்துவ வர்க்கம் நிலவுவதற்கும்

ஆதிக்கம் செலுத்துவதற்கும் இன்றியமையாத நிபந்தனை, மூலதனம் உருவாதலும் வளர்ந்து பெருகுதலும் ஆகும். மூலதனத்துக்கு இன்றியமையாத நிபந்தனை கூலி உழைப்பாகும். கூலி உழைப்போ முற்றிலும் தொழிலாளர்களுக்கு இடையிலான போட்டியை மட்டுமே சார்ந்துள்ளது. முதலாளித்துவ வர்க்கம் அனிச்சையாக வளர்த்தெடுக்கும் தொழில்துறையின் முன்னேற்றமானது, அத்தகைய போட்டியின் காரணமாக தொழிலாளர்களிடையே ஏற்படும் தனிமைப்பாட்டை, அவர்கள் [சங்க அமைப்பில்] ஒன்றுசேர்தலின் காரணமாக ஏற்படும் புரட்சிகரப் பிணைப்பின் மூலம் நீக்குகிறது. எனவே, நவீனத் தொழில்துறையின் வளர்ச்சியானது, எந்த அடிப்படையில் முதலாளித்துவ வர்க்கம், பொருள்களை உற்பத்தி செய்தும் கையகப்படுத்தியும் வருகிறதோ, அந்த அடிப்படைக்கே உலை வைக்கிறது. ஆக, முதலாளித்துவ வர்க்கம் அனைத்துக்கும் மேலாகத் தனக்குச் சவக்குழி தோண்டுவோரையே உற்பத்தி செய்கிறது. முதலாளித்துவ வர்க்கத்தின் வீழ்ச்சியும், பாட்டாளி வர்க்கத்தின் வெற்றியும் சம அளவில் தவிர்க்கவியலாதவை ஆகும்.

(அத்தியாயம்-1 முற்றும்)

அடிக் குறிப்புகள்

[27] போப், ஒன்பதாம் பயஸ் (Pius): 1846-இல் தேர்ந்தெடுக்கப்பட்டவர். மிதவாதியாகக் கருதப்பட்டவர். ஆனால், சோஷலிசத்தின் எதிரியாகச் செயல்பட்டு வந்தார்.

[28] ஜார், முதலாம் நிக்கலாய்: 1948-ஆம் ஆண்டுப் புரட்சிக்கு முன்பிருந்தே ஐரோப்பாவின் போலீஸ் அடக்குமுறை அதிபராகச் செயல்பட்டவர். சோஷலிசத்தின் எதிரியாக விளங்கினார்.

[29] மெட்டர்னிக் (Metternich), கிளமென்ஸ் (1773-1859): ஆஸ்திரிய நாட்டு இளவரசர். அரசியல் வித்தகர். 1809 முதல் 1821 வரை ஆஸ்திரியாவின் அயல்துறை அமைச்சராகப் பதவி வகித்தார். 1821 முதல் 1848 வரை ஆஸ்திரியாவின் அதிபராக இருந்தார். வெறிகொண்ட பிற்போக்காளர். ஐரோப்பியப் பிற்போக்கின் அங்கீகரிக்கப்பட்ட தலைவராக இருந்தார்.

ஃப்ரெஞ்சு நாட்டுப் பிற்போக்காளர் கிஸோவுடன் கூட்டுச் சேர்ந்து கொண்டு சோசலிஸ்டுகளுக்கும், கம்யூனிஸ்டுகளுக்கும் எதிராகச் செயல்பட்டார்.

[30] கிஸோ (Guizot, 1787-1874): பிரான்ஸுவா பியேர் கியோம் கிஸோ என்பது இவரின் முழுப்பெயர். இவர் ஃப்ரெஞ்சு வரலாற்று ஆசிரியர். முதலாளித்துவக் கருத்தோட்டம் கொண்டவர். அரசியல் வித்தகர். அமைச்சராகவும் செயலாற்றி உள்ளார். 1840 முதல் 1848 வரை ஃப்பிரான்சு நாட்டின் உள்நாட்டு, வெளிநாட்டுக் கொள்கைகளை நடைமுறையில் இயக்கியவர். அவை பெரும் முதலாளிகளின் நலன்களைப் பேணும் கொள்கைகளாக இருந்தன. பாட்டாளி வர்க்கத்தின் தீராப் பகையாளியாகச் செயல்பட்டார். பிரஷ்ய அரசாங்கத்தின் வேண்டுகோளுக்கு இணங்க கார்ல் மார்க்ஸை பாரிசிலிருந்து வெளியேறும்படி ஆணை இட்டவர்.

[31] ஹாக்ஸ்தவுசென் (Haxthausen, 1792-1866): ஆகுஸ்த் ஹாக்ஸ்தவுசென் என்பது இவரது முழுப்பெயர். பிரஷ்யாவைச் சேர்ந்த பிரபு, எழுத்தாளர். அரசாங்க அதிகாரியாகச் செயல்பட்டவர். ருஷ்யாவின் நிலவுடைமை உறவுகளில் கிராமச் சமுதாய அமைப்பின் மீத மிச்சங்களை விளக்கி ஒரு நூல் எழுதியுள்ளார்.

[32] மவுரர் (Maurer, 1790-1872): கியோர்க் லுத்விக் மவுரர் என்பது இவரது முழுப்பெயர். பெயர்பெற்ற ஜெர்மன் வரலாற்று அறிஞர். முதலாளித்துவக் கருத்தோட்டம் கொண்டவர். தொன்மைக் கால, இடைக்கால ஜெர்மனியின் சமூக அமைப்பை ஆராய்ந்தவர்.

[33] மார்கன் (Morgan, 1818-1881): லூயிஸ் ஹென்றி மார்கன் என்பது இவரது முழுப்பெயர். அமெரிக்க நாட்டைச் சேர்ந்தவர். பெயர்பெற்ற இனப்பரப்பு விளக்கவியல் அறிஞர். தொல்பொருள் ஆராய்ச்சியாளர். தொடக்க காலச் சமூகம் பற்றிய வரலாற்று ஆசிரியர். இயல்பான பொருள்முதல்வாதி.

[34] மூன்றாவது வகையினம் (The Third Estate): முடியாட்சி மன்னர் காலத்தில் ஃப்பிரெஞ்சு அரசியல் களத்தில் பயன்படுத்தப்பட்டு வந்த சொல்லாக்கம். சமூகம் மூன்று வகையினமாகப்

பிரிக்கப்பட்டது. முதலாவது வகையினம் *(The First Estate)* மதகுருமார்களையும் *(Clergy)*, இரண்டாவது வகையினம் *(The Second Estate)* பிரபுக்களையும் *(Nobility)* கொண்டது. மூன்றாவது வகையினம் சாதரணப் பொதுமக்களைக் *(Commeners)* கொண்டது. முடிமன்னர் எந்த வகையினத்திலும் சேராதவர். மூன்று வகையினத்துக்கும் அப்பாற்பட்டவர். மூன்றாவது வகையினம் முதலாளிகள், விவசாயிகள், தொழிலாளர்கள், நடுத்தர வர்க்கத்தினர் ஆகிய அனைவரையும் உள்ளடக்கியது. இவர்கள் அனைவருக்கும் உரிய பொதுவான தன்மை என்னவெனில், இவர்கள் பெருஞ்செல்வம் படைத்தவர்கள் அல்ல. ஆனாலும், மற்ற இரு வகையினத்தவருக்கும் கடுமையான வரிப்பணம் செலுத்த வேண்டும்.

[35] சிலுவைப் போர்கள்: 11-13 ஆம் நூற்றாண்டுகளில் மேற்கு ஐரோப்பிய நிலப்பிரபுக்களும், உயர்குடி வீர்ர்களும் கிழக்கு நாடுகள் மீது நடத்திய இராணுவ- காலனி பிடிக்கும் படையெடுப்புகளைக் குறிக்கிறது. ஜெருசலத்திலும் மற்றும் பிற "புனிதத் தலங்களிலும்" உள்ள கிறிஸ்துவப் புனித சின்னங்களை முஸ்லிம்களின் ஆதிக்கத்திலிருந்து மீட்டல் என்னும் மதப் பதாகையின்கீழ் இந்தப் படையெடுப்புகள் நடத்தப்பட்டன.

[36] உழைப்பின் விலை: மார்க்ஸ், ஏங்கெல்ஸ் பின்னாளில் எழுதிய நூல்களில், "உழைப்பின் மதிப்பு", "உழைப்பின் விலை" என்னும் சொல்தொடர்களுக்குப் பதிலாக, மிகவும் துல்லியமான "உழைப்புச் சக்தியின் மதிப்பு", "உழைப்புச் சக்தியின் விலை" என்னும் சொல்தொடர்களைப் பயன்படுத்தியுள்ளனர்.

அத்தியாயம் – 2
பாட்டாளிகளும் கம்யூனிஸ்டுகளும்

ஒட்டுமொத்தப் பாட்டாளிகளுடன் கம்யூனிஸ்டுகள் கொண்டுள்ள உறவு எத்தகையது?

கம்யூனிஸ்டுகள் ஏனைய தொழிலாளி வர்க்கக் கட்சிகளுக்கு எதிரான ஒரு தனிக் கட்சியாக அமையவில்லை.

கம்யூனிஸ்டுகளுக்கு ஒட்டுமொத்தப் பாட்டாளி வர்க்கத்தின் நலன்களைத் தவிர வேறு தனிப்பட்ட நலன்கள் கிடையாது.

பாட்டாளி வர்க்க இயக்கத்தை வடிவமைக்கவும் வார்த்தெடுக்கவும் அவர்கள் தமது சொந்தக் குறுங்குழுவாதக் கோட்பாடுகள் எவற்றையும் வகுத்துக் கொள்ளவில்லை. கம்யூனிஸ்டுகளை ஏனைய தொழிலாளி வர்க்கக் கட்சிகளிடமிருந்து வேறுபடுத்திக் காட்டுபவை பின்வருவன மட்டும்தாம்: (1) வெவ்வேறு நாடுகளில் நடைபெறும் பாட்டாளிகளின் தேசியப் போராட்டங்களில், கம்யூனிஸ்டுகள் எந்தவொரு தேசிய இனத்தையும் சாராமல், பாட்டாளி வர்க்கம் முழுமைக்கும் உரிய பொதுவான நலன்களைச் சுட்டிக்காட்டி, முன்னணிக்குக் கொண்டு வருகின்றனர். (2) முதலாளித்துவ வர்க்கத்துக்கு எதிரான தொழிலாளி வர்க்கப் போராட்டம் கடந்து செல்ல வேண்டிய பல்வேறு வளர்ச்சிக் கட்டங்களிலும், எங்கும் எப்போதும் கம்யூனிஸ்டுகள் ஒட்டுமொத்த இயக்கத்தின் நலன்களையே முன்வைக்கின்றனர்.

எனவே, கம்யூனிஸ்டுகள் ஒருபுறம் நடைமுறை ரீதியில், ஒவ்வொரு நாட்டிலுமுள்ள தொழிலாளி வர்க்கக் கட்சிகளில், மிகவும் முன்னேறிய, மிகவும் உறுதி வாய்ந்த பிரிவாக, மற்றவர்கள் அனைவரையும் முன்னோக்கி உந்தித் தள்ளுகின்ற பிரிவாக உள்ளனர். மறுபுறம் தத்துவ ரீதியில், கம்யூனிஸ்டுகள் பாட்டாளி வர்க்கத்தின் பெருந்திரளினருக்கு இல்லாத ஓர் அனுகூலத்தை, அதாவது, பாட்டாளி வர்க்க இயக்கத்தின் திசைவழியையும், நிலைமைகளையும், இறுதியில் ஏற்படும் பொதுவான விளைவுகளையும் தெளிவாகப் புரிந்து கொள்ளும் அனுகூலத்தைப் பெற்றுள்ளனர்.

கம்யூனிஸ்டுகளுடைய உடனடி நோக்கம், மற்றெல்லாப் பாட்டாளி வர்க்கக் கட்சிகளின் உடனடி நோக்கம் எதுவோ அதுவேதான். பாட்டாளிகளை ஒரு வர்க்கமாகக் கட்டியமைத்தல், முதலாளித்துவ மேலாதிக்கத்தை வீழ்த்துதல், பாட்டாளி வர்க்கம் அரசியல் அதிகாரத்தை வென்றெடுத்தல் ஆகியவைதாம்.

கம்யூனிஸ்டுகளின் தத்துவ முடிவுகள், யாரோ ஒரு வருங்கால உலகளாவிய சீர்திருத்தவாதி தோற்றுவித்த அல்லது கண்டுபிடித்த கருத்துகளையோ கோட்பாடுகளையோ எந்த வகையிலும் அடிப்படையாகக் கொண்டிருக்கவில்லை.

நடந்துவரும் வர்க்கப் போராட்டத்திலிருந்தும், நம் கண்ணெதிரிலேயே நிகழ்ந்து கொண்டிருக்கும் வரலாற்று இயக்கத்திலிருந்தும், கிளர்ந்தெழும் மெய்யான உறவுகளையே இந்தத் தத்துவ முடிவுகள் பொதுப்படையான வாசகங்களில் எடுத்துரைக்கின்றன. நிலவிவரும் சொத்துடைமை உறவுகளை ஒழிப்பதென்பது கம்யூனிசத்தின் தனித்துநிற்கும் ஒரு கூறே அல்ல.

வரலாற்று நிலைமைகளில் ஏற்படும் மாற்றத்தின் விளைவாக, கடந்த காலத்தில் சொத்துடைமை உறவுகள் யாவும், தொடர்ந்தாற்போல் வரலாற்று ரீதியான மாற்றத்துக்கு உட்பட்டே வந்துள்ளன. எடுத்துக்காட்டாக, ஃபிரெஞ்சுப் புரட்சி நிலப்பிரபுத்துவச் சொத்துடைமையை ஒழித்துக் கட்டி, முதலாளித்துவச் சொத்துடைமைக்கு வழிவகுத்தது.

கம்யூனிசத்தின் தனித்து விளங்கும் சிறப்புக்கூறு, பொதுப்படையாகச் சொத்துடைமையை ஒழிப்பதன்று, முதலாளித்துவச் சொத்துடைமையை ஒழிப்பதே ஆகும். ஆனால், நவீன முதலாளித்துவத் தனியார் சொத்துடைமை என்பது, வர்க்கப் பகைமைகளையும், சிலர் பலரைச் சுரண்டுவதையும் அடிப்படையாகக் கொண்டு, பொருள்களை உற்பத்தி செய்து, கையகப்படுத்திக் கொள்ளும் அமைப்புமுறையின் முடிவான, மிகவும் முழுமையான வெளிப்பாடாகும்.

இந்தப் பொருளில், கம்யூனிஸ்டுகளின் கொள்கையைத் 'தனியார் சொத்துடைமை ஒழிப்பு' என்னும் ஒரே வாக்கியத்தில் சுருக்கிக் கூறிவிடலாம்.

ஒரு மனிதன் தன் சொந்த உழைப்பின் பலனை அவனுடைய தனிப்பட்ட சொத்தாக்கிக் கொள்ளும் உரிமையைக் கம்யூனிஸ்டுகளாகிய நாங்கள் ஒழிக்க விரும்புவதாகப் பழித்துரைக்கப்படுகிறோம். இந்தத் தனிப்பட்ட சொத்துதான் தனிநபர் சுதந்திரம், செயல்பாடு, தற்சார்பு ஆகியவை அனைத்துக்கும் அடிப்படை என்றும் சொல்லப்படுகிறது.

பாடுபட்டுப் பெற்ற, சுயமாகச் சேர்த்த, சுயமாகச் சம்பாதித்த சொத்து! முதலாளித்துவச் சொத்து வடிவத்துக்கு முன்பிருந்த சொத்து வடிவமான சிறு கைவினைஞர், சிறு விவசாயி ஆகியோரின் சொத்தினையா குறிப்பிடுகிறீர்கள்? அதை ஒழிக்க வேண்டிய தேவை இல்லை. தொழில்துறை வளர்ச்சியானது அதைப் பெருமளவுக்கு ஏற்கெனவே அழித்து விட்டது, இன்றுவரை நாள்தோறும் தொடர்ந்து அழித்துக் கொண்டிருக்கிறது.

அல்லது, நவீன கால முதலாளித்துவத் தனியார் சொத்தினைக் குறிப்பிடுகிறீர்களா?

ஆனால், கூலியுழைப்பு தொழிலாளிக்கு ஏதேனும் சொத்தினை உருவாக்கியுள்ளதா? துளியும் கிடையாது. கூலியுழைப்பு மூலதனத்தைப் படைக்கிறது. மூலதனம் என்பது ஒருவகையான சொத்துடைமை ஆகும். அதாவது, இந்தவகைச் சொத்துடைமை கூலியுழைப்பைச் சுரண்டுகிறது. மேலும், அதற்கு, மறுபடியும் சுரண்டப் புதிதாகக் கூலியுழைப்பு கிடைக்கின்ற நிலைமை நிலவ வேண்டும், இல்லையேல் அது தன்னைப் பெருக்கிக் கொள்ள முடியாது. சொத்துடைமை அதன் இன்றைய வடிவில், மூலதனத்துக்கும் கூலியுழைப்புக்கும் இடையேயான பகைமையை அடிப்படையாகக் கொண்டதாகும். இந்தப் பகைமையின் இரண்டு பக்கங்களையும் பரிசீலிப்போம்.

முதலாளியாக இருப்பதற்கு உற்பத்தியில் தனக்கே உரிய சொந்த அந்தஸ்தை மட்டுமின்றி, ஒரு சமூக அந்தஸ்தையும் பெற்றிருக்க வேண்டும். மூலதனம் என்பது கூட்டுச் செயல்பாட்டின் விளைவுப் பொருள். சமுதாயத்தின் பல உறுப்பினர்களது ஒன்றுபட்ட செயலால் மட்டுமே, இன்னும் சொல்லப் போனால், சமுதாயத்தின் அனைத்து உறுப்பினர்களது ஒன்றுபட்ட செயலால் மட்டுமே மூலதனத்தை இயங்க வைக்க முடியும்.

ஆக, மூலதனம் என்பது ஒருவரின் தனிப்பட்ட சக்தியல்ல; அது ஒரு சமூக சக்தியாகும்.

எனவே, மூலதனம் பொதுச் சொத்தாக, சமுதாயத்தின் அனைத்து உறுப்பினர்களின் சொத்தாக மாற்றப்படும்போது, அதன்மூலம் தனிநபர் சொத்து சமூகச் சொத்தாக மாற்றப்படவில்லை. சொத்துடைமையின் சமூகத் தன்மை மட்டுமே மாற்றப்படுகிறது. அது தன் வர்க்கத் தன்மையை இழந்து விடுகிறது.

இனி கூலியுழைப்பை எடுத்துக் கொள்வோம்.

கூலியுழைப்பின் சராசரி விலைதான் குறைந்தபட்சக் கூலியாகும். அதாவது, தொழிலாளியைத் தொழிலாளியாகக் குறைந்தபட்ச வாழ்க்கை நிலைமையில் தொடர்ந்து வாழவைக்க அத்தியாவசியமாகத் தேவைப்படும் பிழைப்புச் சாதனங்களின் அந்த அளவே குறைந்தபட்சக் கூலியாகும். ஆக, கூலித் தொழிலாளி தன் உழைப்பின் மூலம் ஈட்டுவது, தொடர்ந்து உயிர்வாழவும், குறைந்தபட்ச வாழ்வாதாரத்தை மறுஉற்பத்தி செய்வதற்கும் மட்டுமே போதுமானது. இவ்வாறு உழைப்பின் உற்பத்திப் பொருள்களைத் தனிநபர் கையகப்படுத்திக் கொள்ளும் இந்த முறையானது, மனித வாழ்வின் பராமரிப்புக்காகவும் மறுஉற்பத்திக்காகவும் வேண்டியதை மட்டுமே அளிக்கிறது; உபரி எதையும் விட்டுவைப்பதில்லை; அதனால் பிறர் உழைப்பின்மீது அதிகாரம் செலுத்திட முடிகிறது. இந்தத் தனிநபர் கையகப்படுத்தல் முறையை ஒழிக்க நாங்கள் ஒருக்காலும் விரும்பவில்லை. நாங்கள் ஒழிக்க விரும்புவதெல்லாம் இந்தக் கையகப்படுத்தல் முறையிலுள்ள இழிவான தன்மையைத்தான். இந்த முறையின்கீழ், மூலதனத்தைப் பெருக்குவதற்காக மட்டுமே தொழிலாளி வாழ்கிறான். ஆளும் வர்க்கத்தின் நலனுக்குத் தேவைப்படும்வரை மட்டுமே தொழிலாளி வாழ அனுமதிக்கப்படுகிறான்.

முதலாளித்துவ சமுதாயத்தில், உயிருள்ள உழைப்பு என்பது [அதாவது வாழுகின்ற தொழிலாளி என்பவன்] திரட்டி வைக்கப்பட்டுள்ள உழைப்பைப் பெருக்குவதற்கான ஒரு சாதனம் மட்டுமே. கம்யூனிச சமுதாயத்தில், திரட்டி வைக்கப்பட்டுள்ள உழைப்பு என்பது தொழிலாளியின் வாழ்க்கையை விரிவாக்கவும், வளமாக்கவும், மேம்படுத்துவுமான ஒரு சாதனம் மட்டுமே.

ஆக, முதலாளித்துவ சமுதாயத்தில் கடந்த காலம் நிகழ்காலத்தின் மீது ஆதிக்கம் செலுத்துகிறது. கம்யூனிச சமுதாயத்தில் நிகழ்காலம் கடந்த காலத்தின் மீது ஆதிக்கம் செலுத்தும். முதலாளித்துவ சமுதாயத்தில் மூலதனம் சுயேச்சையானதாக, தனித்தன்மை கொண்டதாக விளங்குகிறது. அதே வேளையில், உயிருள்ள மனிதன் சுயேச்சையற்றவனாக, தனித்தன்மை இல்லாதவனாக இருக்கிறான். மேலும், இந்த நிலைமையை ஒழிப்பதைத்தான் தனித்தன்மையையும், சுதந்திரத்தையும் ஒழிப்பதாக முதலாளித்துவவாதிகள் கூறுகின்றனர்! அதுவும் சரியே. முதலாளித்துவத் தனித்தன்மையையும், முதலாளித்துவ சுயேச்சை நிலையையும், முதலாளித்துவ சுதந்திரத்தையும் ஒழிப்பதுதான் [கம்யூனிஸ்டுகளின்] குறிக்கோள் என்பதில் ஐயமில்லை.

தற்போதுள்ள முதலாளித்துவ உற்பத்தி உறவுகளின்கீழ், சுதந்திரம் என்பதற்கு சுதந்திரமான வணிகம், சுதந்திரமான விற்பனையும் வாங்குதலும் என்றே பொருளாகும்.

ஆனால், விற்பனையும் வாங்குதலும் மறையுமாயின் சுதந்திரமான விற்பனையும் வாங்குதலும்கூட மறைந்து போகும். சுதந்திரமான விற்பனை, வாங்குதல் பற்றிய இந்தப் பேச்சுக்கும், பொதுவாகச் சுதந்திரம் குறித்து நமது முதலாளித்துவ வர்க்கத்தினர் பேசும் ஏனைய ''சவடால் வசனங்களுக்கும்'' ஏதேனும் பொருள் இருக்குமாயின், அது மத்திய காலத்துக் கட்டுப்படுத்தப்பட்ட விற்பனை, வாங்குதலுடனும், கட்டுண்ட வணிகர்களுடனும் வேறுபடுத்திப் பார்க்கும்போது மட்டும்தான். ஆனால், விற்பனையையும் வாங்குதலையும், முதலாளித்துவ உற்பத்தி உறவுகளையும், முதலாளித்துவ வர்க்கத்தையுமே கம்யூனிச வழியில் ஒழிப்பதற்கு எதிராக வைத்துப் பேசப்படும்போது இந்தப் பேச்சுகளுக்கு பொருளேதும் கிடையாது.

தனியார் சொத்துடைமையை ஒழித்துக்கட்டும் எங்கள் நோக்கம் கண்டு நீங்கள் திகிலடைந்துள்ளீர்கள். ஆனால், இப்போதைய உங்கள் சமுதாயத்தில், மக்கள் தொகையில் பத்தில் ஒன்பது பங்கினரின் தனிச் சொத்துடைமை ஏற்கெனவே ஒழிக்கப்பட்டு விட்டது. ஒருசிலரிடம் தனிச்சொத்து இருப்பதற்கு ஒரே காரணம் இந்தப் பத்தில் ஒன்பது பங்கினரின் கைகளில்

அது இல்லாமல் ஒழிந்துதான். ஆக, சமுதாயத்தின் மிகப் பெரும்பான்மையினருக்கு எந்தச் சொத்தும் இல்லாத நிலையைத் தான் நிலவுதற்குரிய அவசிய நிபந்தனையாகக் கொண்ட ஒரு சொத்துடைமை வடிவத்தை ஒழிக்க எண்ணியுள்ளோம் என்று எங்களைப் பழித்துரைக்கிறீர்கள்.

சுருங்கக் கூறின், உங்களுடைய சொத்துடைமையை ஒழிக்க விரும்புகிறோம் என்று பழித்துரைக்கிறீர்கள். ஆம், அது மிகச் சரியே. உண்மையில் அதுவேதான் நாங்கள் எண்ணியுள்ளது.

உழைப்பை மூலதனம், பணம் அல்லது வாடகையாகவோ, ஏகபோகமாக்கிக் கொள்வதற்குத் தகுதியுடைய ஒரு சமூக சக்தியாகவோ இனி மாற்ற முடியாமல் போகின்ற கணம் முதற்கொண்டு, அதாவது, தனிநபரின் சொத்தினை முதலாளித்துவச் சொத்தாக, மூலதனமாக, இனி மாற்ற முடியாமல் போகின்ற கணம் முதற்கொண்டே [ஒரு தனிநபரின்] தனித்தன்மை மறைந்துவிடுவதாக நீங்கள் கூறுகிறீர்கள். எனவே, ''தனிநபர்'' என்று நீங்கள் குறிப்பிடும்போது, முதலாளியைத் தவிர, நடுத்தர வர்க்கச் சொத்துடைமையாளரைத் தவிர, வேறெவரையும் குறிப்பிடவில்லை என்பதை நீங்கள் ஒப்புக் கொண்டாக வேண்டும். உண்மையில் இந்தத் தனிநபர் துடைதெறியப்படத்தான் வேண்டும்; இத்தகைய தனிநபர் உருவாக முடியாதபடி செய்யத்தான் வேண்டும்.

கம்யூனிசம் எந்த மனிதனிடமிருந்தும் சமுதாயத்தின் உற்பத்திப் பொருள்களைத் கையகப்படுத்திக் கொள்ளும் அதிகாரத்தைப் பறிக்கவில்லை. கம்யூனிசம் செய்வதெல்லாம், அந்தக் கையகப்படுத்தல் மூலமாக மற்றவரின் உழைப்பை அடிமைப்படுத்தும் அதிகாரத்தைத்தான் அவனிடமிருந்து பறிக்கிறது.

தனியார் சொத்துடைமையை ஒழித்தவுடன் அனைத்து வேலைகளும் நின்றுவிடும் என்றும், உலகளாவிய ஒரு சோம்பல்தனம் நம்மைப் பீடித்துவிடும் என்றும் ஆட்சேபணை எழுப்பப்படுகிறது. இக்கூற்று உண்மையெனில், முதலாளித்துவ சமுதாயம் நெடுநாட்களுக்கு முன்பே முழுச் சோம்பேறித்தனத்தில் மூழ்கி மடிந்திருக்க வேண்டும். ஏனெனில், முதலாளித்துவ

சமுதாயத்தின் உறுப்பினர்களில், உழைப்பவர்கள் சொத்து எதுவும் சேர்ப்பதில்லை, சொத்துகளைச் சேர்ப்பவர்கள் உழைப்பதில்லை. இந்த ஆட்சேபணை முழுவதுமே, 'எப்போது எந்த மூலதனமும் இனி இல்லை என்று ஆகிறதோ, அப்போது எந்தக் கூலியுழைப்பும் இருக்க முடியாது' என்கிற ஒரே விஷயத்தைத் திரும்பத் திரும்ப வெவ்வேறு சொற்களில் கூறுவதன் இன்னொரு வடிவமே ஆகும்.

வாழ்வாதாரப் பொருள்களில் கம்யூனிச முறையிலான உற்பத்திக்கும், ஒதுக்கீட்டுக்கும் எதிராக வலியுறுத்தப்படும் அனைத்து ஆட்சேபணைகளும், அவ்வாறே, அறிவுசார் படைப்புகளில் கம்யூனிச முறையிலான உற்பத்திக்கும், ஒதுக்கீட்டுக்கும் எதிராகவும் எழுப்பப்படுகின்றன. முதலாளித்துவவாதிக்கு வர்க்கச் சொத்துடைமை மறைந்துபோவது உற்பத்தியே மறைந்துபோவதாக ஆகிறது; அதைப்போலவே வர்க்கக் கலாசாரம் மறைந்துபோவது அவருக்கு அனைத்துக் கலாசாரமும் மறைந்துபோவதற்கு ஒப்பாகின்றது.

எந்தக் கலாச்சாரத்தின் இழப்புக்காக அவர் அழுது புலம்புகிறாரோ, அந்தக் கலாசாரம், மிகப் பெரும்பான்மையினருக்கு, வெறுமனே ஓர் எந்திரம்போல் செயல்படுவதற்கான பயிற்சியாகவே இருக்கிறது. ஆனால், சுதந்திரம், கலாச்சாரம், சட்டம் போன்றவை பற்றியெல்லாம் நீங்கள் கொண்டுள்ள முதலாளித்துவக் கருதுகோள்களின் அளவீடுகளைக் கொண்டு, நாங்கள் கருதியுள்ள முதலாளித்துவச் சொத்துடைமை ஒழிப்பினை நீங்கள் மதிப்பீடு செய்யும்வரை எங்களுடன் சர்ச்சைக்கு வர வேண்டாம். உங்கள் வர்க்கத்தின் எண்ணத்தை அனைவருக்குமான சட்டமாக ஆக்கி இருப்பதே உங்களுடைய சட்டநெறியாக உள்ளது. . அந்த எண்ணத்தின் சாரமான பண்பும் திசைவழியும் உங்கள் வர்க்கம் நிலவுதற்குரிய பொருளாதார உறவுகளால் தீர்மானிக்கப்படுகின்றன. அதுபோன்றே, உங்களுடைய கருத்துகள் எல்லாமே உங்களுடைய முதலாளித்துவ உற்பத்தி உறவுகளிலிருந்தும், முதலாளித்துவச் சொத்துடைமை உறவுகளிலிருந்தும் கிளைத்தெழுகின்றவைதாம்.

உங்களுடைய இன்றைய உற்பத்தி முறையிலிருந்தும், சொத்துடைமை வடிவிலிருந்தும் உதித்தெழும் சமூக அமைப்பு

வடிவங்கள், உற்பத்தியின் முன்னேற்றப் பாதையில் தோன்றி மறையும் வரலாற்று ரீதியான உறவுகளாகும். இவற்றை, என்றும் நிரந்தரமான இயற்கை விதிகளாகவும் பகுத்தறிவு விதிகளாகவும் மாற்றும்படி, உங்களின் தன்னலம் சார்ந்த தவறான கருத்தோட்டம் உங்களைத் தூண்டுகிறது. உங்களுக்கு முன்பிருந்த ஆளும் வர்க்கங்கள் அனைத்தும் கொண்டிருந்த அதே தவறான கருத்தோட்டத்தையே நீங்களும் கொண்டுள்ளீர்கள். பண்டைக்காலச் சொத்துடைமை விஷயத்தில் நீங்கள் தெளிவாகக் காண்பதை, நிலப்பிரபுத்துவச் சொத்துடைமை விஷயத்தில் நீங்கள் ஒப்புக்கொள்வதை, உங்களின் சொந்த முதலாளித்துவ வடிவச் சொத்துடைமை விஷயத்தில் ஒப்புக்கொள்ள முடியாதபடி தடுக்கப்பட்டுள்ளீர்கள் என்பது உண்மையே.

குடும்ப ஒழிப்பு! கம்யூனிஸ்டுகளுடைய இந்த இகழ்மிக்க முன்மொழிவு குறித்து, அதிதீவிரக் கொள்கையினரும்கூடக் கொதித்தெழுகின்றனர்.

முதலாளித்துவக் குடும்பமாகிய இன்றைய குடும்பம், எந்த அடித்தளத்தின் மீது எழுப்பப்பட்டுள்ளது? மூலதனத்தின் மீது, தனியார் இலாபத்தின் மீது [எழுப்பப்பட்டுள்ளது]. இந்தக் குடும்பம், முழுதும் வளர்ச்சி பெற்ற வடிவில், முதலாளித்துவ வர்க்கத்தார் இடையில் மட்டுமே நிலவுகிறது. ஆனால் இந்த நிலைமையின் நிரப்புக் கூறாக (complement) பாட்டாளிகள் இடையில் அனேகமாகக் குடும்ப அமைப்பு இல்லாதிருப்பதையும், [சமுதாயத்தில்] வெளிப்படையான விபச்சாரத்தையுமே காண முடிகிறது.

முதலாளித்துவக் குடும்பத்தின் நிரப்புக் கூறு மறையும்போது, முதலாளித்துவக் குடும்பமும் இயல்பாகவே மறைந்து போகும். மூலதனம் மறையும்போது இரண்டுமே மறைந்து போகும்.

குழந்தைகளை அவர்களின் பெற்றோர் சுரண்டுவதைத் தடுத்து நிறுத்த விரும்புகிறோம் என்றா எங்கள்மீது குற்றம் சாட்டுகிறீர்கள்? [அவ்வாறெனில்] இந்தக் குற்றத்தை நாங்கள் ஒப்புக் கொள்கிறோம். ஆனால், நாங்கள் வீட்டுக் கல்விக்குப் பதிலாகச் சமூகக் கல்வியைப் புகுத்தும்போது, [மனித]

உறவுகளிலேயே மிகவும் புனிதமானவற்றை நாங்கள் அழிப்பதாகக் கூறுவீர்கள்.

உங்களுடைய கல்வி மட்டும் என்னவாம்? அதுவும் சமூகக் கல்விதானே? எந்தச் சமூக நிலைமைகளின்கீழ் நீங்கள் கல்வி போதிக்கிறீர்களோ அந்த நிலைமைகளாலும், பள்ளிக்கூடங்கள் மற்றும் இன்னபிறவற்றின் வழியாக சமுதாயம் மேற்கொள்ளும் நேரடி அல்லது மறைமுகத் தலையீட்டாலும் அக்கல்வி தீர்மானிக்கப்பட வில்லையா? கல்வியில் சமுதாயத்தின் தலையீடு என்பதைக் கம்யூனிஸ்டுகள் புதிதாகக் கண்டுபிடித்துவிடவில்லை. அந்தத் தலையீட்டின் தன்மையை மாற்றவும், ஆளும் வர்க்கத்தின் செல்வாக்கிலிருந்து கல்வியை மீட்கவுமே கம்யூனிஸ்டுகள் முயல்கின்றனர்.

நவீனத் தொழில்துறையின் செயல்பாட்டால் பாட்டாளிகளிடையே குடும்பப் பிணைப்புகள் அனைத்தும் அறுத்தெறியப்படுகின்றன; பாட்டாளிகளின் குழந்தைகள் சாதாரண வணிகப் பொருள்களாகவும், உழைப்புக் கருவிகளாகவும் மாற்றப்படுகின்றனர். இந்தப் போக்கு எந்த அளவுக்கு அதிகரிக்கிறதோ அந்த அளவுக்கு, குடும்பம், கல்வி பற்றியும், பெற்றோர், குழந்தை இடையிலான புனித உறவு பற்றியும் முதலாளித்துவவாதிகள் பேசும் பகட்டான பேச்சுகள் அதிகமாக அருவருப்பூட்டுகின்றன.

ஆனால், கம்யூனிஸ்டுகளாகிய நீங்கள் பெண்களைப் பொதுவாக்கி விடுவீர்கள் என்று ஒட்டுமொத்த முதலாளித்துவ வர்க்கமும் ஒரே குரலில் கூக்குரலிடுகிறது.

முதலாளித்துவவாதி தன் மனைவியை வெறும் உற்பத்திக் கருவியாகவே பார்க்கிறான். உற்பத்திக் கருவிகள் அனைவருக்கும் பொதுவாகப் பயன்பட போகின்றன என்று கேள்விப்படுகிறான். அனைவருக்கும் பொதுவாகிப் போகும் அதே கதி, பெண்களுக்கும் நேரும் என்கிற முடிவுக்கு வருகிறான். இயல்பாகவே, இந்த முடிவைத் தவிர வேறெந்த முடிவுக்கும் அவனால் வர இயலாது.

பெண்கள் வெறும் உற்பத்திக் கருவிகளாக இருக்கும் நிலையை ஒழித்துக் கட்டுவதுதான் உண்மையான நோக்கமாக இருக்கும் என்று ஓர் ஐயமாகக்கூட அவனுக்கு எழவில்லை.

மற்றபடி, கம்யூனிஸ்டுகள் பகிரங்கமாகவும் அதிகாரபூர்வமாகவும் பெண்களைப் பொதுவாக்கப் போகிறார்கள் எனப் பாசாங்கு செய்து, நமது முதலாளித்துவவாதிகள் தார்மீகச் சீற்றம் கொள்வதைக் காட்டிலும் நகைக்கத் தக்கது வேறொன்றும் இல்லை. கம்யூனிஸ்டுகள் பெண்களைப் பொதுவாக்கத் தேவையில்லை. அநேகமாக நீண்ட நெடுங்காலந்தொட்டே அது நிலவி வந்துள்ளது.

நமது முதலாளித்துவவாதிகள் சாதாரண விபசாரிகளிடம் போவதைச் சொல்லவே வேண்டாம். அவர்கள் தமது பிடியிலுள்ள பாட்டாளிகளின் மனைவிகள், மகள்கள் ஆகியோருடன் திருப்தி அடையாமல், தமக்குள் ஒருவர் மனைவியை ஒருவர் பெண்டாளுவதில் ஆகப்பெரும் இன்பம் காண்கிறார்கள்.

முதலாளித்துவத் திருமணம் என்பது நடைமுறையில் மனைவியரைப் பொதுவாக்கிக்கொள்ளும் ஒரு முறையே ஆகும். எனவே, மிஞ்சிப் போனால், கள்ளத்தனமாக திரைமறைவில் பெண்களைப் பொதுவாக்கும் நடைமுறைக்குப் பதிலாக, வெளிப்படையான சட்டபூர்வமான முறையை அறிமுகப்படுத்த விரும்புகிறார்கள் எனக் கம்யூனிஸ்டுகள் மீது பழிசுமத்துவது சாத்தியம். மற்றபடி, இன்றைய உற்பத்தி அமைப்புமுறை ஒழிக்கப்படும்போது, அந்த அமைப்பிலிருந்து உதித்தெழுந்த, பெண்களைப் பொதுவாக்கும் முறையும், அதாவது பொதுவான விபசாரம், தனிப்பட்ட விபசாரம் இரண்டும், கூடவே ஒழிந்தாக வேண்டும் என்பது கண்கூடு.

அடுத்தபடியாக, நாடுகளையும் தேசிய இனங்களையும் ஒழிக்க விரும்புவதாகக் கம்யூனிஸ்டுகள் மீது குற்றம் சாட்டப்படுகிறது.

தொழிலாளர்களுக்கு நாடு கிடையாது. அவர்கள் பெற்றிருக்காத ஒன்றை அவர்களிடமிருந்து நாங்கள் பறித்துக்கொள்ள முடியாது. பாட்டாளி வர்க்கம் அனைத்துக்கும் முன்னதாக, அரசியல் மேலாதிக்கம் பெற்றாக வேண்டும். தேசத்தின் தலைமை வர்க்கமாக உயர்ந்தாக வேண்டும், தன்னையே தேசமாக அமைத்துக் கொள்ள வேண்டும். அந்த அளவுக்குப் பாட்டாளி வர்க்கம் தேசியத் தன்மை கொண்டதாகவே இருக்கிறது, இந்தச் சொல்லுக்கான முதலாளித்துவப் பொருளில் இல்லாவிடினும்.

முதலாளித்துவ வர்க்கத்தின் வளர்ச்சி, வணிகச் சுதந்திரம், உலகச் சந்தை, [மற்றும்] உற்பத்தி முறையிலும் அம்முறைக்கே உரிய வாழ்க்கை நிலைமைகளிலும் ஒருசீரான தன்மை ஆகியவற்றின் காரணமாக, மக்கள் இனங்களிடையே நிலவும் தேசிய வேறுபாடுகளும் பகைமைகளும் நாள்தோறும் மேலும் மேலும் மறைந்து வருகின்றன.

பாட்டாளி வர்க்க மேலாதிக்கம் இவற்றை இன்னும் வேகமாக மறையச் செய்யும். குறைந்தபட்சம் தலைமைசான்ற நாகரிக நாடுகளின் ஒன்றுபட்ட நடவடிக்கை, பாட்டாளி வர்க்கத்தின் விடுதலைக்கான தலையாய நிபந்தனைகளுள் ஒன்றாகும்.

ஒரு தனிநபர் இன்னொரு தனிநபரைச் சுரண்டுவதற்கு எந்த அளவுக்கு முடிவுகட்டப்படுகிறதோ, அந்த அளவுக்கு ஒரு தேசம் இன்னொரு தேசத்தைச் சுரண்டுவதற்கும் முடிவு கட்டப்படும். ஒரு தேசத்தினுள் வர்க்கங்களுக்கு இடையிலான பகைமை எந்த அளவுக்கு மறைகிறதோ, அந்த அளவுக்கு ஒரு தேசம் இன்னொரு தேசத்துடன் கொண்டுள்ள பகைமையும் முடிவுக்கு வரும்.

மத ரீதியான, தத்துவ ரீதியான, பொதுவாகச் சித்தாந்த ரீதியான நோக்குநிலையிலிருந்து, கம்யூனிசத்துக்கு எதிராகக் கூறப்படும் குற்றச்சாட்டுகள் தீவிரமாகப் பரிசீலிக்கத் தகுதியற்றவை.

மனிதனினுடைய பொருளாயத வாழ்வின் நிலைமைகளிலும், அவனுடைய சமூக உறவுகளிலும், அவனுடைய சமூக வாழ்விலும் ஒவ்வொரு மாற்றம் ஏற்படும்போதும், மனிதனுடைய எண்ணங்களும், கண்ணோட்டங்களும், கருத்துருவாக்கங்களும், சுருங்கக் கூறின், மனிதனுடைய உணர்வும் மாற்றம் அடைகிறது என்பதைப். புரிந்து கொள்ள ஆழ்ந்த ஞானம் தேவையா, என்ன?

பொருள் உற்பத்தியில் எந்த அளவுக்கு மாற்றம் ஏற்படுகிறதோ அந்த அளவுக்கு அறிவுத்துறை உற்பத்தியின் தன்மையிலும் மாற்றம் ஏற்படுகிறது என்பதைத் தவிர கருத்துகளின் வரலாறு வேறு எதை நிரூபிக்கிறது? ஒவ்வொரு சகாப்தத்திலும் ஆதிக்கம் செலுத்திய கருத்துகள், அந்தந்தச் சகாப்தத்தின் ஆளும் வர்க்கத்துரிய கருத்துக்களாகவே எப்போதும் இருந்துள்ளன.

சமுதாயத்தைப் புரட்சிகரமாக்கும் கருத்துகள் பற்றி மனிதர்கள் பேசும்போது, பழைய சமுதாயத்துக்குள்ளேயே புதியதொரு சமுதாயத்தின் கூறுகள் உருவாக்கப்பட்டுள்ளன என்கிற உண்மையையும், பழைய வாழ்க்கை நிலைமைகள் கரைந்தழியும் அதே வேகத்தில் பழைய கருத்துகளும் கூடவே கரைந்தழிகின்றன என்கிற உண்மையையுந்தான் அவர்கள் வெளிப்படுத்துகின்றனர்.

பண்டைய உலகம் அதன் மரணகால வேதனையில் உழன்றபோது, பண்டைய மதங்களைக் கிறித்துவ மதம் வெற்றிகொண்டது. 18-ஆம் நூற்றாண்டில் கிறித்துவமதக் கருத்துகள் பகுத்தறிவுவாதக் கருத்துகளுக்கு அடிபணிந்து அடங்கியபோது, நிலப்பிரபுத்துவ சமுதாயம் அப்போதைய புரட்சிகர முதலாளித்துவ வர்க்கத்துடன் தன் மரணப் போராட்டத்தை நடத்தியது. மத விடுதலை, மனசாட்சி சுதந்திரம் பற்றிய கருத்துகள் யாவும் வெறுமனே, அறிவுக் களத்தினுள்ளே கட்டற்ற போட்டியினுடைய ஆதிக்கத்தின் வெளிப்பாடாகவே அமைந்தன.

"வரலாற்றின் வளர்ச்சிப் போக்கில், மதம், ஒழுக்கநெறி, தத்துவம், சட்டநெறி சார்பான கருத்துகள் ஐயத்துக்கு இடமின்றி மாற்றம் அடைந்துள்ளன. ஆனால் மதம், ஒழுக்கநெறி, தத்துவம், அரசியில் விஞ்ஞானம், சட்டம் ஆகியவை இந்த மாற்றத்தினால் பாதிக்கப்படாமல் தொடர்ந்து நிலைபெற்றுள்ளன" என்று கூறப்படுவதுண்டு.

"இவைதவிர, சுதந்திரம், நீதி என்பன போன்ற நிரந்தர உண்மைகள் இருக்கின்றன. அவை சமுதாயத்தின் அனைத்துக் கட்டங்களுக்கும் பொதுவானவை. ஆனால் கம்யூனிசம் நிரந்தர உண்மைகளை ஒழித்துவிடுகிறது. மதம் அனைத்தையும், ஒழுக்கநெறி அனைத்தையும் புதிய அடிப்படையில் கட்டமைப்பதற்குப் பதிலாக அவற்றை ஒழித்துக்கட்டுகிறது. ஆக, கம்யூனிசம், கடந்த காலத்தின் வரலாற்று ரீதியான அனுபவம் அனைத்துக்கும் முரணாகச் செயல்படுகிறது."

இந்தக் குற்றச்சாட்டின் சாரமாக மிஞ்சுவது என்ன? வெவ்வேறு சகாப்தங்களில் வெவ்வேறு வடிவங்களை மேற்கொண்ட வர்க்கப் பகைமைகளின் வளர்ச்சியில்தான் கடந்தகால சமுதாயம் அனைத்தின் வரலாறும் அடங்கியுள்ளது என்பதே.

ஆனால், இந்த வர்க்கப் பகைமைகள் எந்த வடிவத்தை ஏற்றிருந்தாலும், சமுதாயத்தின் ஒரு பகுதி மற்றொரு பகுதியைச் சுரண்டியது என்பது, கடந்தகாலச் சகாப்தங்கள் அனைத்துக்கும் பொதுவான உண்மையாகும். எனவே கடந்தகாலச் சகாப்தங்களின் சமூக உணர்வு பல்வேறுபட்டதாகவும், பல்வகைப்பட்டதாகவும் காட்சியளித்த போதிலும், குறிப்பிட்ட சில பொது வடிவங்கள் அல்லது பொதுவான கருத்துகளுக்கு உள்ளேதான் இயங்கி வந்துள்ளது என்பதில் வியப்பேதும் இல்லை. வர்க்கப் பகைமைகள் முழுமையாக மறைந்தாலொழிய அவ்வடிவங்களும் கருத்துகளும் முற்றிலுமாக மறைந்துபோக முடியாது.

பாரம்பரியச் சொத்துடைமை உறவுகளிலிருந்து மிகவும் தீவிரமாக முறித்துக் கொள்வதே கம்யூனிசப் புரட்சியாகும். எனவே, அதன் வளர்ச்சியின்போது பாரம்பரியக் கருத்துக்களிலிருந்து மிகவும் தீவிரமாக முறித்துக் கொள்ள நேர்வதில் வியப்பேதும் இல்லை.

போதும், கம்யூனிசத்துக்கு எதிரான முதலாளித்துவ ஆட்சேபணைகளை இத்துடன் முடித்துக் கொள்வோம்.

பாட்டாளி வர்க்கத்தை ஆளும் வர்க்க நிலைக்கு உயர்த்துவதும், ஜனநாயகத்துக்கான போரில் வெற்றி ஈட்டுவதும், தொழிலாளி வர்க்கம் நடத்தும் புரட்சியில் முதல் படியாகும் என்பதை மேலே கண்டோம்.

முதலாளித்துவ வர்க்கத்திடமிருந்து படிப்படியாக மூலதனம் முழுவதையும் கைப்பற்றவும், உற்பத்திக் கருவிகள் அனைத்தையும் அரசின் கைகளில், அதாவது ஆளும் வர்க்கமாக ஒழுங்கமைந்த பாட்டாளி வர்க்கத்தின் கைகளில் ஒருசேர மையப்படுத்தவும், உற்பத்தி சக்திகளின் மொத்த அளவை முடிந்தவரை அதிவேகத்தில் பெருக்கவும், பாட்டாளி வர்க்கம் தனது அரசியல் மேலாதிக்கத்தைப் பயன்படுத்தும்.

தொடக்கத்தில் இந்தப் பணியை, சொத்துடைமை உரிமைகளிலும், முதலாளித்துவ உற்பத்தி உறவுகளிலும் சர்வாதிகார முறையில் தலையிடுவது தவிர வேறுவிதமாக நிறைவேற்ற இயலாது என்பது உண்மையே. இதற்கான நடவடிக்கைகள் பொருளாதார ரீதியாகப் போதாதவையாகவும்,

ஏற்றுக் கொள்ளத் தகாதவையாகவும் தோன்றும். ஆனால், அவை இயக்கத்தின் போக்கில் தம்மைத் தாமே மிஞ்சக் கூடியவையாக இருக்கும். பழைய சமூக அமைப்பின்மீது மேலும் தலையிடுவதை அவசியமாக்கும். உற்பத்தி முறையை முற்றிலும் புரட்சிகரமாக்கும் வழிமுறைகள் என்ற வகையில் இந்த நடவடிக்கைகள் தவிர்க்க முடியாதவை.

இந்த நடவடிக்கைகள் வெவ்வேறு நாடுகளில் வெவ்வேறாக இருக்கும் என்பது உண்மையே.

என்ற போதிலும், மிகவும் முன்னேறிய நாடுகளில் பொதுவாகப் பெருமளவு நடைமுறைப்படுத்தக்கூடிய நடவடிக்கைகள் பின்வருமாறு:

1. நிலத்தில் சொத்துடைமையை ஒழித்தல். நிலவாடகைகள் அனைத்தையும் பொது நோக்கங்களுக்குப் பயன்படுத்தல்.

2. [அதிக வருமானத்துக்கு அதிக வரிவிகிதம் என்ற வகையில்] கடுமையான வளர்வீத அல்லது படிநிலையான வருமான வரிவிதிப்பு.

3. பரம்பரை வாரிசு வழியான உரிமை அனைத்தையும் ஒழித்தல்.

4. [நாட்டைவிட்டுக்] குடிபெயர்ந்தவர்கள், [நாட்டுக்கு எதிரான] கலகக்காரர்கள் ஆகியோர் அனைவரின் சொத்துகளையும் பறிமுதல் செய்தல்.

5. அரசு மூலதனத்துடன் கூடிய, தனியுரிமை ஏகபோகம் கொண்ட தேசிய வங்கியின் மூலம், கடன் செலாவணியை அரசின் கைகளில் ஒருசேர மையப்படுத்தல்.

6. தகவல் தொடர்பு, போக்குவரத்துச் சாதனங்களை அரசின் கைகளில் ஒருசேர மையப்படுத்தல்.

7. அரசுக்குச் சொந்தமான தொழிற்சாலைகளையும், உற்பத்திக் கருவிகளையும் விரிவுபடுத்தல்; ஒரு பொதுவான திட்டத்தின்படித் தரிசு நிலங்களைச் சாகுபடிக்குக் கொண்டுவருதல், பொதுவாக மண்வளத்தை மேம்படுத்தல்.

8. உழைப்பை அனைவருக்கும் உரிய சமமான கடமையாக்குதல். தொழிலகப் பாதுகாப்புப் படைகளைக் குறிப்பாக விவசாயத்துக்கென நிறுவுதல்.

9. விவசாயத்தைத் தொழில்துறையுடன் இணைத்தல்; மக்கள் தொகையை மேலும் சீரான முறையில் நாடெங்கும் பரவலாகக் குடியமர்த்துவதன் மூலம், நகரத்துக்கும் கிராமத்துக்கும் இடையிலான பாகுபாட்டைப் படிப்படியாக அகற்றுதல்.

10. அனைத்துக் குழந்தைகளுக்கும் பொதுப் பள்ளிக்கூடங்களில் இலவசக் கல்வி அளித்தல். ஆலைகளில் குழந்தைகள் உழைப்பின் இன்றைய முறையை ஒழித்தல். கல்வியைத் தொழில்துறை உற்பத்தியுடன் இணைத்தல். இன்ன பிற, இன்னபிற.

வளர்ச்சியின் போக்கில், வர்க்க வேறுபாடுகள் மறைந்தவுடன், ஒட்டுமொத்தத் தேசத்தின் ஒரு பரந்த கூட்டமைப்பின் கைகளில் உற்பத்தி அனைத்தும் ஒருசேர மையப்படுத்தப்பட்டவுடன், பொது ஆட்சியதிகாரம் அதன் அரசியல் தன்மையை இழந்துவிடும். அரசியல் ஆட்சியதிகாரம் என்பது அதன் சரியான பொருளில், ஒரு வர்க்கம் இன்னொரு வர்க்கத்தை ஒடுக்குவதற்கான ஒழுங்கமைந்த அதிகாரத்தையே குறிக்கிறது. முதலாளித்துவ வர்க்கத்துடனான அதன் போராட்டத்தின்போது, பாட்டாளி வர்க்கம் சூழ்நிலைமைகளின் சக்தியால், தன்னைத்தானே ஒரு வர்க்கமாக ஒழுங்கமைத்துக்கொள்ள நிர்ப்பந்திக்கப்படுமாயின், ஒரு புரட்சியின்மூலம் தன்னைத்தானே ஆளும் வர்க்கமாக ஆக்கிக்கொண்டு, அந்தத் தகுதியில், பழைய உற்பத்தி உறவுகளைப் பலவந்தமாகத் துடைத்தெறியுமாயின், அந்த உற்பத்தி உறவுகளுடன்கூடவே, வர்க்கப் பகைமைகள் நிலவுதற்குரிய, பொதுவில் வர்க்கங்கள் நிலவுதற்குரிய நிலைமைகளையும் துடைத்தெறிந்ததாகிறது. அதன்மூலம் ஒரு வர்க்கம் என்ற முறையில் தன் சொந்த மேலாதிக்கத்தையும் ஒழித்திடுவதாகிறது.

வர்க்கங்களையும் வர்க்கப் பகைமைகளையும் கொண்ட பழைய முதலாளித்துவ சமுதாயத்துக்குப் பதிலாக, ஒவ்வொருவரின் சுதந்திரமான வளர்ச்சியையே அனைவரின் சுதந்திரமான வளர்ச்சிக்கு நிபந்தனையாகக் கொண்ட ஒரு கூட்டமைப்பை நாம் நிச்சயம் பெறுவோம்.

(அத்தியாயம்-2 முற்றும்)

சோஷலிச இலக்கியமும் கம்யூனிச இலக்கியமும்

1. பிற்போக்கு சோஷலிசம்

(அ) நிலப்பிரபுத்துவ சோஷலிசம்

ஃபிரான்சையும் இங்கிலாந்தையும் சேர்ந்த பிரபுக் குலத்தோருக்கு, அவர்களின் வரலாற்று நிலை காரணமாக, நவீன முதலாளித்துவ சமுதாயத்தை எதிர்த்துப் பிரசுரங்கள் எழுதுவது அவர்களுடைய வாழ்க்கைத் தொழில் ஆனது. 1830 ஜூலையில் நடைபெற்ற ஃபிரெஞ்சுப் புரட்சியிலும், இங்கிலாந்து சீர்திருத்தக் கிளர்ச்சியிலும்[37] இந்தப் பிரபுக் குலத்தோர், வெறுக்கத்தக்க திடீர்ப் பணக்காரர்களிடம் மீண்டும் தோற்றுப் போயினர். அதன்பிறகு, தீவிர அரசியல் போராட்டத்துக்குக் கொஞ்சமும் வழியில்லாமல் போய்விட்டது. இனி இலக்கியப் போர் ஒன்றுதான் சாத்தியமானதாக இருந்தது. ஆனால், இலக்கியத் துறையிலுங்கூட மீட்சிக் காலத்தின் பழைய கூப்பாடுகள் சாத்தியமற்றுப் போயின.

அனுதாபத்தைப் பெறும்பொருட்டுப் பிரபுக் குலத்தோர், வெளிப்பார்வைக்காவது தம் சொந்த நலன்களை மறந்துவிட்டு, சுரண்டப்படும் தொழிலாளி வர்க்கத்தின் நலனை மட்டுமே கருத்திற்கொண்டு, முதலாளித்துவ வர்க்கத்துக்கு எதிராகத் தம் குற்றச்சாட்டை வகுத்துக் கொள்ளக் கடமைப்பட்டிருந்தனர். இவ்வாறாகப் பிரபுக் குலத்தோர் தங்களின் புது எஜமானர் மீது வசைமாரி பொழிந்தும், வரப்போகும் பேரழிவு குறித்து அச்சமூட்டும் தீர்க்க தரிசனங்களை அவர் காதுகளில் முணுமுணுத்தும் வஞ்சம் தீர்த்துக் கொண்டனர்.

---

8 1660-க்கும் 1689-க்கும் இடையே நடைபெற்ற இங்கிலாந்து [முடியாட்சியின்] மீட்சியல்ல, 1814-க்கும் 1830-க்கும் இடையே நடைபெற்ற ஃபிரெஞ்சு [முடியாட்சியின்] மீட்சியே [இங்குக் குறிப்பிடப்படுகிறது]. [1888-ஆம் ஆண்டின் ஆங்கிலப் பதிப்புக்கு ஏங்கெல்ஸ் எழுதிய குறிப்பு].

இவ்வாறுதான் நிலப்பிரபுத்துவ சோஷலிசம் உதயமானது: பாதி புலம்பல், பாதி வசைப்பாட்டு; பாதி கடந்த காலத்தின் எதிரொலி, பாதி எதிர்காலம் பற்றிய அச்சுறுத்தல்; சில நேரங்களில் அதன் கசப்பான, கிண்டலான, சுருக்கெனத் தைக்கும் விமர்சனத்தின் மூலம் முதலாளித்துவ வர்க்கத்தின் நெஞ்சக்குலை மீதே தாக்குவதாக இருந்தது. ஆனாலும், நவீன வரலாற்றின் முன்னேற்றத்தைப் புரிந்து கொள்ளும் திறன் கொஞ்சமும் இல்லாத காரணத்தால், எப்போதுமே அதன் விளைவு பரிகசிக்கத் தக்கதாகவே இருந்தது.

பிரபுக் குலத்தோர், மக்களைத் தம் பக்கம் திரட்டும்பொருட்டு, பாட்டாளியின் பிச்சைப் பாத்திரத்தைப் பதாகைபோல் தமக்கு முன்னால் உயர்த்திப் பிடித்தனர். ஆனால் மக்களோ அவர்களோடு சேர்ந்தபோதெல்லாம், அவர்களின் முதுகுப் புறத்தில் பழைய நிலப்பிரபுத்துவப் பட்டயங்கள் இருக்கக் கண்டனர். உரத்த, மரியாதையற்ற சிரிப்புடன் மக்கள் அவர்களைவிட்டு விலகிச் சென்றனர். ஃப்பிரெஞ்சு மரபுவழி முடியாட்சிவாதிகள் (French Legitimists)[38], 'இளம் இங்கிலாந்து' [39] அமைப்பினர் ஆகியோரில் ஒரு பிரிவினர் இந்தக் கேலிக்கூத்தை அரங்கேற்றினர்.

தங்களின் சுரண்டல் முறை, முதலாளித்துவ வர்க்கச் சுரண்டல் முறையிலிருந்து வேறுபட்டது என்பதைச் சுட்டிக்காட்டும் நிலப்பிரபுத்துவவாதிகள், முற்றிலும் வேறுபட்ட சூழ்நிலைமைகளிலும் உறவு நிலைமைகளிலும் அவர்கள் சுரண்டினர் என்பதையும், அந்த நிலைமைகள் தற்போது காலாவதியாகிவிட்டன என்பதையும் மறந்துவிடுகின்றனர். தங்களுடைய ஆட்சியின்கீழ் நவீனப் பாட்டாளி வர்க்கம் ஒருபோதும் இருந்ததில்லை என்பதை எடுத்துரைக்கும் அவர்கள், அவர்தம் சமுதாய அமைப்புமுறையிலிருந்து தவிர்க்க முடியாதபடி கிளைத்தெழுந்ததே நவீன முதலாளித்துவ வர்க்கம் என்பதை மறந்து விடுகின்றனர்.

மற்றபடி, அவர்கள் தங்கள் விமர்சனத்தின் பிற்போக்குத் தன்மையை மூடிமறைக்க முயலவில்லை. முதலாளித்துவ வர்க்கத்துக்கு எதிரான அவர்களின் பிரதான குற்றச்சாட்டே இதுதான்: அதாவது, பழைய சமுதாய அமைப்புமுறையை வேரோடும், வேரடி மண்ணோடும் வெட்டி வீழ்த்துவதற்கென்றே

விதிக்கப்பட்ட ஒரு வர்க்கம் முதலாளித்துவ ஆட்சியின்கீழ் வளர்க்கப்பட்டு வருகிறது என்பதுதான். பாட்டாளி வர்க்கத்தை உருவாக்குகிறது என்பதற்காகக்கூட அல்ல, புரட்சிகரமான பாட்டாளி வர்க்கத்தை உருவாக்குகிறது என்பதற்காகவே அவர்கள் முதலாளித்துவ வர்க்கத்தைக் குற்றம் சாட்டுகிறார்கள்.

எனவே, அரசியல் நடைமுறையில், தொழிலாளி வர்க்கத்துக்கு எதிரான அடக்குமுறை நடவடிக்கைகள் அனைத்திலும் அவர்கள் கைகோத்துக் கொள்கின்றனர்; அவர்களுடைய பகட்டான வாய்ப்பேச்சுகள் ஒருபுறமிருக்க, அன்றாட நடைமுறை வாழ்க்கையில் அவர்கள் தரம் தாழ்ந்துபோய், தொழில்துறை மரத்திலிருந்து விழுகின்ற பொற்கனிகளைப் பொறுக்கித் தின்னவும், கம்பளி, பீட்ரூட்-சர்க்கரை, உருளைக்கிழக்கு சாராயம் ஆகியவற்றின் சட்டவிரோத வணிகத்தில் பண்டமாற்றாக வாய்மை, அன்பு, கவுரவம் ஆகியவற்றை விலைபேசவும் தயாராக உள்ளனர்.[9]

மதகுரு எப்போதும் நிலப்பிரபுவுடன் கைகோத்துச் செயல்பட்டதைப் போன்றே, மதவாத சோஷலிசம் நிலப்பிரபுத்துவ சோஷலிசத்துடன் கைகோத்துக் கொண்டது.

கிறிஸ்துவத் துறவு மனப்பான்மைக்கு சோஷலிசச் சாயம் பூசுவதைவிட எளியது எதுவும் இல்லை. கிறிஸ்துவ மதம், தனிச் சொத்துடைமைக்கு எதிராகவும், திருமணத்துக்கு

---

9   இது முதன்மையாக ஜெர்மனிக்குப் பொருந்தும். அங்கு நிலவுடைமைப் பிரபுக்களும் (Landed Aristocracy), பண்ணை உடைமையாளர்களும் (Squirearchy) தம் பண்ணை நிலங்களில் பெரும்பகுதியை கண்காணியர்களைக் கொண்டு, அவர்களின் சொந்த ஆதாயத்துக்காகச் சாகுபடி செய்தனர். மேலும், அவர்கள் பெரிய அளவிலான பீட்ரூட்-சர்க்கரை உற்பத்தியாளர்களாகவும், உருளைக்கிழங்கு சாராயம் காய்ச்சும் தொழிலதிபர்களாகவும் இருந்தனர். இவர்களைவிட அதிகச் செல்வம் படைத்த இங்கிலாந்துப் பிரபுக்கள் இன்னும் அந்த அளவுக்கு இறங்கயில்லை. ஆனால், அவர்களும்கூடச் சரிந்துகொண்டே போகும் நிலவாரத் தொகையை எப்படி ஈடுகட்டுவது என்பதை அறிந்து வைத்துள்ளனர். பெரும்பாலும் நேர்மையற்ற முறையில் இயங்கும் கூட்டுப்-பங்கு நிறுவனங்களைத் (joint-stock companies) தொடங்குவோர்க்குத் தம் பெயர்களைக் கடனாகக் கொடுப்பதன்மூலம் அச்சரிவை ஈடுகட்டுகின்றனர். [1888-ஆம் ஆண்டின் ஆங்கிலப் பதிப்புக்கு ஏங்கெல்ஸ் எழுதிய குறிப்பு].

எதிராகவும், அரசுக்கு எதிராகவும் முழக்கமிடவில்லையா? அவற்றுக்குப் பதிலாக அது தர்மத்தையும் தரித்திரத்தையும், பிரம்மச்சரியத்தையும் புலனடக்கத்தையும், மடாலய வாழ்க்கையையும், புனித மாதா ஆலயத்தையும் பிரச்சாரம் செய்யவில்லையா? கிறிஸ்தவ சோஷலிசம் என்பது, சீமான்களின் மனப்புகைச்சலைப் புனிதப்படுத்த மதகுரு தெளிக்கும் புனித நீரன்றி வேறல்ல.

(ஆ) குட்டி முதலாளித்துவ சோஷலிசம்

முதலாளித்துவ வர்க்கத்தால் நாசமடைந்தது நிலப்பிரபுத்துவச் சீமான்களின் வர்க்கம் மட்டுமே அல்ல; நவீன முதலாளித்துவ சமுதாயத்தின் சூழலில் வாழ்வாதார நிலைமைகள் வாடிச் சிதைந்தது இந்தவொரு [நிலப்பிரபுத்துவ] வர்க்கத்துக்கு மட்டுமே அல்ல. மத்திய கால நகரத்தாரும் சிறு விவசாய நிலவுடைமையாளர்களுமே நவீன முதலாளித்துவ வர்க்கத்தின் முன்னோடிகளாக இருந்தனர். தொழில் ரீதியாகவும் வணிக ரீதியாகவும் சொற்ப வளர்ச்சியே பெற்றுள்ள நாடுகளில் உதித்தெழுந்துவரும் முதலாளித்துவ வர்க்கத்தின் பக்கத்திலேயே, இவ்விரு வர்க்கங்களும் [மத்திய கால நகரத்தார் வர்க்கமும், சிறு விவசாய நிலவுடைமை வர்க்கமும்] செயலிழந்த நிலையில் இன்னமும் காலந் தள்ளுகின்றன.

நவீன நாகரிகம் முழுமையாக வளர்ந்துநிற்கும் நாடுகளில் குட்டி முதலாளிகளின் புதிய வர்க்கமொன்று உருப்பெற்றுள்ளது. அது பாட்டாளி வர்க்கத்துக்கும் முதலாளித்துவ வர்க்கத்துக்கும் இடையே ஊசலாடிக் கொண்டிருக்கிறது; முதலாளித்துவ சமுதாயத்தின் வால்பகுதியாக எப்போதும் தன்னைப் புதுப்பித்து வருகிறது. என்ற போதிலும், இந்த வர்க்கத்தின் தனிப்பட்ட உறுப்பினர்கள், வணிகப் போட்டியின் செயல்பாட்டால், பாட்டாளி வர்க்கத்தினுள் தொடர்ந்து தூக்கி எறியப்பட்டு வருகின்றனர். நவீனத் தொழில்துறை வளர்வதைத் தொடர்ந்து, நவீன சமுதாயத்தின் ஒரு சுயேச்சையான பிரிவாக நீடிக்க முடியாமல் முற்றிலும் மறைந்துபோகும் காலம் நெருங்கி வருவதையும், பட்டறைத் தொழிலிலும், விவசாயத்திலும், வணிகத்திலும் அவர்களுக்குப் பதிலாக மேற்பார்வையாளர்களும்,

சம்பள அலுவலர்களும், கடை ஊழியர்களும் நியமிக்கப்படப் போவதையும் அவர்கள் [குட்டி முதலாளித்துவ வர்க்கத்தினர்] கண்கூடாகக் காண்கின்றனர்.

மக்கள் தொகையில் பாதிக்கும் மேற்பட்டோர் விவசாயிகளாக இருக்கும் ஃபிரான்சு போன்ற நாடுகளில், முதலாளித்துவ வர்க்கத்தை எதிர்த்துப் பாட்டாளி வர்க்கத்தின் பக்கம் நின்ற எழுத்தாளர்கள், முதலாளித்துவ ஆட்சிக்கு எதிரான அவர்களின் விமர்சனத்தை விவசாயிகள், குட்டிமுதலாளித்துவ வர்க்கத்தினர் ஆகியோரின் தரத்தில் முன்வைப்பதும், இந்த இடைத்தட்டு வர்க்கங்களின் நோக்கு நிலையிலிருந்து தொழிலாளி வர்க்கத்துக்காகப் பரிந்து பேசுவதும் இயல்பே ஆகும். இவ்வாறுதான் குட்டி முதலாளித்துவ சோஷலிசம் உதயமானது. ஃபிரான்சில் மட்டுமன்றி இங்கிலாந்திலும் இத்தகைய கருத்தோட்டத்துக்கு சிஸ்மோண்டி (Sismondi)[40] தலைமை தாங்கினார்.

இந்த வகைப்பட்ட சோஷலிசம் நவீன உற்பத்தி உறவுகளிலுள்ள முரண்பாடுகளை மிகத் துல்லியமாகப் பாகுபடுத்திக் காட்டியது. குட்டி முதலாளித்துவ சோஷலிசம், பொருளாதார வல்லுனர்களின் கபடமான நியாயவாதங்களைத் தோலுரித்துக் காட்டியது. எந்திர சாதனங்கள், உழைப்புப் பிரிவினை ஆகியவற்றின் நாசகர விளைவுகளையும், மூலதனமும் நிலமும் ஒருசிலரின் கைகளில் குவிவதையும், தேவைக்கு அதிகமான உற்பத்தியையும், [வணிக] நெருக்கடிகளையும் அது மறுக்க முடியாத வகையில் மெய்ப்பித்துக் காட்டியது. குட்டி முதலாளித்துவப் பிரிவினர், விவசாயிகள் ஆகியோரின் தவிர்க்க முடியாத அழிவையும், பாட்டாளி வர்க்கத்தின் கடுந்துயரையும், உற்பத்தியில் நிலவும் அராஜகத்தையும், செல்வ வளத்தின் வினியோகத்தில் காணப்படும் படுமோசமான ஏற்றத் தாழ்வுகளையும், தேசங்களுக்கு இடையிலான சர்வநாசத் தொழில்துறைப் போரையும் குட்டி முதலாளித்துவ சோஷலிசம் சுட்டிக் காட்டியது. பழைய ஒழுக்கநெறிப் பிணைப்புகளும், பழைய குடும்ப உறவுகளும், பழைய தேசிய இனங்களும் குலைந்து போவதையும் அது சுட்டிக் காட்டியது.

எனினும், இந்த வகைப்பட்ட சோஷலிசம் அதன் உறுதியான குறிக்கோள்களைப் பொறுத்தவரை, பழைய உற்பத்தி

சாதனங்களையும், பரிவர்த்தனை சாதனங்களையும், அவற்றுடன் கூடவே பழைய சொத்துடைமை உறவுகளையும், பழைய சமுதாயத்தையும் மீட்டமைக்க விரும்புகிறது. அல்லது, நவீன உற்பத்தி சாதனங்களையும் பரிவர்த்தனை சாதனங்களையும், அவற்றால் தகர்த்தெறியப்பட்ட, தகர்த்தெறியப்பட்டே ஆகவேண்டிய, பழைய சொத்துடைமை உறவுகளின் கட்டுக்கோப்புக்குள் அடக்கி வைக்கவே விரும்புகிறது. இவ்விரண்டில் அதன் குறிக்கோள் எதுவாயினும், இந்த வகைப்பட்ட சோஷலிசம் பிற்போக்கானதும் கற்பனாவாத தன்மை கொண்டதுமே ஆகும்.

அதன் முடிவான முழக்கங்கள் இவை: தொழில் அரங்கில் ஒருங்கிணைந்த கைவினைக் குழுமங்கள், விவசாயத்தில் தந்தைவழிச் சமூக உறவுகள்.

முடிவில், தன்னைத்தானே ஏமாற்றிக் கொள்வதால் ஏற்படும் மதிமயக்க விளைவுகள் அனைத்தையும், விடாப்பிடியான வரலாற்று உண்மைகள் சிதறடித்தபோது, இந்த வகைப்பட்ட சோஷலிசம் பரிதாபமான மன உளச்சலில் மூழ்கி முடிந்து போயிற்று.

(இ) ஜெர்மானிய சோஷலிசம் அல்லது "மெய்யான" சோஷலிசம

ஃபிரான்சு நாட்டு சோஷலிச, கம்யூனிச இலக்கியம் என்பது ஆட்சியதிகாரத்திலிருந்த முதலாளித்துவ வர்க்கத்தின் ஒடுக்குமுறையில் தோன்றியதோர் இலக்கியமாகும். இந்த ஆட்சியதிகாரத்துக்கு எதிரான போராட்டத்தின் வெளிப்பாடாக அது விளங்கியது. ஜெர்மனியில் முதலாளித்துவ வர்க்கம் நிலப்பிரபுத்துவ ஆதிக்கத்தோடு தன் போராட்டத்தை அப்போதுதான் தொடங்கியிருந்த நேரத்தில் அந்த நாட்டில் இந்த இலக்கியம் அறிமுகப்படுத்தப்பட்டது.

ஜெர்மானியத் தத்துவவாதிகளும், கற்றுக்குட்டித் தத்துவவாதிகளும், வாய்ச்சவடால் பேச்சாளர்களும் (*beaux esprits*) இந்த இலக்கியத்தை ஆவலுடன் தம் வசப்படுத்திக் கொண்டனர். ஆனால் இந்த எழுத்துகள் ஃபிரான்சிலிருந்து ஜெர்மனிக்குள் குடியேறியபோது, அவற்றோடு கூடவே ஃபிரெஞ்சு சமூக

நிலைமைகளும் ஜெர்மனிக்குள் குடியேறவில்லை என்பதை மட்டும் அவர்கள் மறந்துவிட்டனர். ஜெர்மன் சமுக நிலைமைகளில் வைத்துப் பார்க்கையில் இந்த ஃபிரெஞ்சு இலக்கியம் அதன் உடனடி நடைமுறை முக்கியத்துவம் அனைத்தையும் இழந்துவிட்டது; முழுக்கவும் இலக்கியத் தன்மை கொண்ட ஒரு போக்காகவே நிலைபெற்றது. இவ்வாறாக, பதினெட்டாம் நூற்றாண்டின் ஜெர்மானியத் தத்துவவாதிகளுக்கு, முதலாவது ஃபிரெஞ்சுப் புரட்சியின் கோரிக்கைகள், பொதுநோக்கில் வெறும் "நடைமுறைப் பகுத்தறிவின்" கோரிக்கைகளே; அதற்கு மேலான முக்கியத்துவம் எதுவுமில்லை. புரட்சிகர ஃபிரெஞ்சு முதலாளித்துவ வர்க்கத்தினுடைய எண்ணத்தின் வெளிப்பாடு, தூய எண்ணத்தின் விதிகளாக, இயல்பாக இருக்க வேண்டிய எண்ணத்தின் விதிகளாக, பொதுவாக உண்மையான மனித எண்ணத்தின் விதிகளாக அவர்களின் கண்களுக்குப் பட்டது.

ஜெர்மானிய இலக்கிய வல்லுனர்களின் (literati) பணி, புதிய ஃபிரெஞ்சுக் கருத்துகளைத் தங்களின் பண்டைத் தத்துவ மனச்சாட்சிக்கு இசைவானதாக வளர்த்தெடுப்பதில் மட்டுமே அடங்கியிருந்தது. அல்லது இன்னும் சரியாகச் சொல்வதாயின், தம் சொந்தத் தத்துவக் கண்ணோட்டத்தைக் கைவிடாமல், ஃபிரெஞ்சுக் கருத்துகளைத் தமதாக்கிக் கொள்வதில் மட்டுமே அடங்கியிருந்தது.

இவ்வாறு தமதாக்கிக்கொள்ளல், ஓர் அயல் மொழியைக் கையகப்படுத்திக் கொள்ளும் அதே வழியில், அதாவது மொழிபெயர்ப்பு மூலமாக, நடந்தேறியது.

பண்டைக்காலப் பலகடவுள் மதத்தாரின் மூலச் சிறப்புள்ள இலக்கியங்கள் தீட்டப் பெற்றிருந்த கையெழுத்துப் பிரதிகளின் மேல், கத்தோலிக்க மதகுருக்களின் அற்பமான வாழ்க்கைக் குறிப்புகளை மடாலயத் துறவிகள் எழுதிவைத்ததை நாம் நன்கறிவோம். தெய்வ நிந்தனை கொண்ட ஃபிரெஞ்சு இலக்கியத்தைப் பொறுத்தமட்டில், ஜெர்மானிய இலக்கிய வல்லுனர்கள் (literati) இதே செயல்முறையைத் தலைகீழாகச் செய்து முடித்தார்கள். ஃபிரெஞ்சு மூலத்துக்குக் கீழே தங்களின் தத்துவ அபத்தத்தை எழுதிவைத்தனர். எடுத்துக்காட்டாக, பணத்தின் பொருளாதாரச் செயல்பாடுகளைப் பற்றிய

ஃபிரெஞ்சு விமர்சனத்துக்கு அடியில் அவர்கள், ”மானுடத்தின் அந்நியமாதல்” (Alienation of Humanity) என்று எழுதினர். முதலாளித்துவ அரசு பற்றிய ஃபிரெஞ்சு விமர்சனத்துக்கு அடியில், ”பொதுமை என்னும் வகையினத்தின் ஆட்சி இறக்கம்” (Dethronement of the Category of General) என்று எழுதினர். இன்னும் இதுபோல.

ஃபிரெஞ்சின் வரலாற்று ரீதியான விமர்சனங்களுக்குப் பின்னால் இத்தகைய தத்துவவியல் சொல்தொடர்களைப் புகுத்தும் பணிக்கு அவர்கள், ”செயல்பாடு பற்றிய தத்துவம்” (Philosophy of Action), ”மெய்யான சோஷலிசம்” (True Socialism), ”ஜெர்மானிய சோஷலிச விஞ்ஞானம்” (German Science of Socialism), ”சோஷலிசத்தின் தத்துவ அடிப்படை” (Philosophical Fountation of Socialism), இன்னும் இதுபோலப் பலவாறாகப் பெயர்சூட்டிக் கொண்டனர்.

இவ்வாறாக, ஃபிரெஞ்சு சோஷலிச, கம்யூனிச இலக்கியத்தை முழுமையாக ஆண்மையிழக்கச் செய்தனர். அந்த இலக்கியம் ஜெர்மானியன் கைக்கு வந்தபின், ஒரு வர்க்கத்துக்கு எதிராக இன்னொரு வர்க்கம் நடத்தும் போராட்டத்தை வெளிப்படுத்தும் தன்மையை இழந்துவிட்டது. அதனாலேயே அவன் [ஜெர்மானியன்] ”ஃபிரெஞ்சுக்காரரின் ஒருதலைப்பட்சப் பார்வையிலிருந்து” தான் மீண்டுவிட்டதாகக் கருதிக் கொண்டான். உண்மையான தேவைகளை அல்ல, உண்மையின் தேவைகளை எடுத்துரைப்பதாகவும், பாட்டாளி வர்க்கத்தின் நலன்களை அல்ல, மனித இயல்பின் நலன்களை, பொதுவாக மனிதனின் நலன்களை எடுத்துரைப்பதாகவும் கருதிக் கொண்டான். அவன் கருதும் மனிதனோ எந்த வர்க்கத்தையும் சேராதவன், எதார்த்த இயல்பு இல்லாதவன், தத்துவார்த்தக் கற்பனையின் பனிமூடிய சாம்ராஜ்யத்தில் மட்டுமே நிலவக் கூடியவன்.

இந்த ஜெர்மானிய சோஷலிசம், ஒரு பள்ளிக்கூட மாணவன் செய்யக்கூடிய வேலையை அவ்வளவு தீவிரத்துடனும் பயபக்தியுடனும் எடுத்துக்கொண்டது. பிறரை நம்பவைத்து ஏமாற்றும் பாணியில், தன்னுடைய அற்பமான கருத்துகளை வானளாவப் புகழ்ந்துகொண்டது. இதற்கிடையே அதன்

பகட்டுப் புலமை வாய்ந்த அப்பாவித்தனத்தைப் படிப்படியாக இழந்துவிட்டது.

ஜெர்மானிய முதலாளித்துவ வர்க்கம், குறிப்பாகப் பிரஷ்ய முதலாளித்துவ வர்க்கம், நிலப்பிரபுத்துவச் சீமான்களையும் எதேச்சதிகார முடியாட்சியையும் எதிர்த்து நடத்திய போராட்டம், அதாவது மிதவாத இயக்கம், மேலும் ஊக்கம் பெற்றது.

இதன்மூலம், [ஜெர்மானிய] ''மெய்யான'' சோஷலிசத்துக்கு, நீண்ட நாட்களாக விரும்பிக் காத்திருந்த வாய்ப்புக் கிட்டியது; சோஷலிஸ்டுக் கோரிக்கைகளுடன் அரசியல் இயக்கத்தை எதிர்கொள்ள வாய்ப்புக் கிடைத்தது; மிதவாதத்துக்கு எதிராகவும், பிரதிநிதித்துவ அரசாங்கத்துக்கு எதிராகவும், முதலாளித்துவப் போட்டி, முதலாளித்துவப் பத்திரிக்கை சுதந்திரம், முதலாளித்துவ சட்டநெறி, முதலாளித்துவச் சுதந்திரம், சமத்துவம் ஆகியவற்றுக்கு எதிராகவும் வழக்கமான சாபங்களை அள்ளி வீசவும் வாய்ப்புக் கிடைத்தது. மக்கள் கூட்டத்துக்கு இந்த முதலாளித்துவ இயக்கத்தின் மூலம் அடைவதற்கு எதுவுமில்லை, அனைத்தும் இழப்பதற்கே என்று அவர்களுக்கு உபதேசிக்கவும் வாய்ப்புக் கிடைத்தது. ஃபிரெஞ்சு விமர்சனத்தின் அசட்டுத்தனமான எதிரொலியாக இருந்த ஜெர்மானிய சோஷலிசம், சரியான தருணத்தில் ஒன்றை மறந்துவிட்டது. [ஃபிரான்சில்] நவீன முதலாளித்துவ சமுதாயம் அதற்கே உரிய பொருளாதார வாழ்க்கை நிலைமைகளோடும், அதற்கென ஏற்றுக்கொண்ட அரசியல் அமைப்போடும், ஏற்கெனவே நிலவி வந்ததை அடிப்படையாகக் கொண்டே ஃபிரெஞ்சு விமர்சனம் அமைந்திருந்தது. ஆனால் ஜெர்மனியில் அத்தகைய நிலையை எய்தும் நோக்கத்துக்கான போராட்டம் இனிமேல்தான் நடக்க இருந்தது என்பதை ஜெர்மானிய சோஷலிசம் மறந்துவிட்டது.

பாதிரியார்கள், பேராசிரியர்கள், நாட்டுப்புறக் கனவான்கள் [நிலப்பிரபுக்கள்], அதிகாரிகள் ஆகியோர் புடைசூழும் ஏதேச்சாதிகார அரசாங்கங்கள் தம்மை அச்சுறுத்தும் முதலாளித்துவ வர்க்கத்துக்கு எதிராகக் காட்டி மிரட்டுவதற்கான ஒரு பயனுள்ள பூச்சாண்டியாக இந்த ஜெர்மானிய சோஷலிசம் பயன்பட்டது.

இதே அரசாங்கங்கள் அதே காலகட்டத்தில் ஜெர்மன் தொழிலாளி வர்க்க எழுச்சிகளை அடக்குவதற்கு வழங்கிய கசையடிகள், துப்பாக்கிக் குண்டுகள் ஆகியவற்றின் வடிவிலான கசப்பு மாத்திரைகளுக்குப் பிறகு, கசப்பு நீக்கும் கடைசி இனிப்பாக இந்த ஜெர்மானிய சோஷலிசம் பயன்பட்டது.

இவ்வாறாக, இந்த [ஜெர்மானிய] ''மெய்யான'' சோஷலிசம், ஜெர்மானிய முதலாளித்துவ வர்க்கத்தை எதிர்த்துப் போராடுவதற்கான ஆயுதமாக இந்த அரசாங்கங்களுக்குப் பயன்பட்ட அதே நேரத்தில், ஒரு பிற்போக்கான நலனை, ஜெர்மானிய போலிப் பண்புவாதிகளின் (Philistines) நலனை, நேரடியாகப் பிரதிநிதித்துவப்படுத்தியது. ஜெர்மனியில் [போலிப் பண்புவாதக்] குட்டி முதலாளித்துவ வர்க்கம், பதினாறாம் நூற்றாண்டின் மிச்சமீதமாக இருந்து, அக்காலம்தொட்டுப் பல்வேறு வடிவங்களில் மீண்டும் மீண்டும் தொடர்ந்து தலைகாட்டி வருகிறது. இந்தக் குட்டி முதலாளித்துவ வர்க்கம்தான் ஜெர்மனியில் தற்போதுள்ள நிலவரங்களுக்கு உண்மையான சமூக அடித்தளம் ஆகும்.

இந்த வர்க்கத்தை அழியவிடாமல் பாதுகாக்க வேண்டுமாயின், ஜெர்மனியின் தற்போதைய நிலவரங்களை மாற்றமின்றிப் பாதுகாத்தாக வேண்டும். தொழில்துறையிலும் அரசியல்துறையிலும் முதலாளித்துவ வர்க்கத்தின் மேலாதிக்கம், இந்த வர்க்கத்தின் அழிவு நிச்சயம் என்னும் அபாயத்தை உணர்த்துகிறது. ஒருபுறம் மூலதனக் குவிப்பின்மூலமும், மறுபுறம் புரட்சிகரப் பாட்டாளி வர்க்க எழுச்சிமூலமும் இந்த அபாயம் உருவாகிறது. [ஜெர்மானிய] ''மெய்யான'' சோஷலிசம் ஒரே கல்லில் இந்த இரண்டு மாங்காய்களையும் அடித்து வீழ்த்தக் கூடியதாகத் தோன்றியது. உடனே அது கொள்ளைநோய்போலப் பரவியது.

ஊக வணிகச் சிலந்தி வலையால் ஆன மேலங்கி, அலங்காரச் சொற்களெனும் சித்திர வேலைப்பாடு செய்யப்பட்டு, குமட்டுகின்ற பசப்பு உணர்ச்சியெனும் பனித் திவலைகளில் தோய்த்தெடுக்கப்பட்டது. அறிவுக்கு அகப்படாத (transcendental) இந்த மேலங்கியால்தான் ஜெர்மானிய சோஷலிஸ்டுகள், எலும்பும் தோலுமாக இருந்த, பரிதாபத்துக்குரிய தங்களின் ''நிரந்தர உண்மைகளை'' மூடிப் போர்த்தியிருந்தனர். இந்த

மேலங்கி, அவர்களுடைய சரக்குகளின் விற்பனையை இத்தகைய மக்களிடையே [குட்டி முதலாளித்துவ வர்க்கத்தினரிடையே] வியப்பூட்டும் அளவுக்கு அதிகரிக்க உதவியது. மேலும், ஜெர்மானிய சோஷலிசம் தன்னைப் பொறுத்தமட்டில், குட்டி முதலாளித்துவப் போலிப் பண்புவாதிகளின் படாடோபமான பிரதிநிதியாக விளங்குவதே தனக்குரிய பணி என்பதை மென்மேலும் உணர்ந்தது.

ஜெர்மன் தேசமே முன்மாதிரியான தேசம் என்றும், ஜெர்மானிய அற்பப் போலிப் பண்புவாதியே முன்னுதாரணமான மனிதன் என்றும் ஜெர்மானிய சோஷலிசம் பறைசாற்றியது. இந்த முன்மாதிரியான மனிதனின் வில்லத்தனமான இழிகுணம் ஒவ்வொன்றுக்கும், அதன் உண்மைத் தன்மைக்கு நேர்மாறாக, மறைந்து கிடக்கும் ஓர் உயர்ந்த சோஷலிசப் பொருள்விளக்கத்தை அளித்தது. கம்யூனிசத்தின் ''முரட்டுத்தனமான நாசகரப்'' போக்கை நேரடியாக எதிர்க்கும் அளவுக்கும், அனைத்து வர்க்கப் போராட்டங்களையும் பாகுபாடின்றி அடியோடு வெறுப்பதாகப் பறைசாற்றும் அளவுக்கும் எல்லைமீறிச் சென்றது. தற்போது (1847) ஜெர்மனியில் வினியோகிக்கப்படுகின்ற சோஷலிச, கம்யூனிச வெளியீடுகள் என்று சொல்லப்படும் அனைத்து வெளியீடுகளும், மிகச்சில விதிவிலக்குகள் நீங்கலாக, இந்த அருவருப்பான, சலிப்பூட்டும் இலக்கிய வகையைச் சேர்ந்தவையே.[10]

2. பழமைவாத சோஷலிசம் அல்லது முதலாளித்துவ சோஷலிசம்

முதலாளித்துவ வர்க்கத்தின் ஒரு பகுதி, முதலாளித்துவ சமுதாயம் தொடர்ந்து நிலவுவதை உறுதிப்படுத்திக்கொள்ளும் பொருட்டு, சமுதாயக் குறைபாடுகளை அகற்ற விழைகிறது.

10 1848-ஆம் ஆண்டின் புரட்சிப் புயல் இந்த இழிவுப் போக்கினை முழுவதுமாகத் துடைத்தெறிந்தது. இந்தப் போக்கின் ஆதரவாளர்களுக்கு, மேற்கொண்டு சோஷலிசத்தின் பக்கம் தலைகாட்டும் விருப்பமே ஏற்படாதவாறு பாடம் புகட்டியது. இந்தப் போக்கின் முதன்மைப் பிரதிநிதியாகவும், மிகச் சரியான முன்மாதிரியாளராகவும் விளங்கியவர் ஹெர் கார்ல் குரூன் (Herr Karl Grun)[41] ஆவார். [1890-ஆம் ஆண்டின் ஜெர்மானியப் பதிப்புக்கு ஏங்கெல்ஸ் எழுதிய குறிப்பு].

[முதலாளித்துவ வர்க்கத்தின்] இந்தப் பிரிவில், பொருளாதார வல்லுனர்கள், கொடை வள்ளல்கள், மனிதாபிமானிகள், தொழிலாளி வர்க்கத்தின் நிலையை மேம்படுத்துவோர், கருணை இல்லம் நடத்துவோர், விலங்குகளுக்குக் கொடுமை விளைவிப்பதைத் தடுக்க விழையும் சங்கங்களின் உறுப்பினர்கள், குடிவெறிக்கு எதிரான கொள்கை வீரர்கள், கற்பனைக்கு எட்டும் அனைத்து வகையான மூலை முடுக்கச் சீர்திருத்தப் பேர்வழிகள் ஆகியோர் அனைவரும் அடங்குவர். மேலும், இந்த வகைப்பட்ட சோஷலிசம் முழுமையான [தத்துவ] அமைப்புகளாக முறைப்படுத்தப்பட்டுள்ளது.

புரூதோன் எழுதிய வறுமையின் தத்துவம் (*Philosophie de la Misere*) என்னும் நூலை இந்த வகைப்பட்ட சோஷலிசத்துக்கு ஓர் எடுத்துக்காட்டாகக் குறிப்பிடலாம்.

சோஷலிசவாத முதலாளித்துவப் பிரிவினர், நவீன சமூக நிலைமைகளின் அனுகூலங்கள் அனைத்தும் வேண்டும், ஆனால் அந்த நிலைமைகளின் தவிர்க்கவியலா விளைவுகளாகிய போராட்டங்களும் அபாயங்களும் இருக்கக் கூடாது என விரும்புகின்றனர். தற்போது நிலவும் சமூக அமைப்பு, அதன் புரட்சிகரக் கூறுகளும் சிதைவுபடுத்தும் கூறுகளும் இன்றி, அப்படியே நீடிப்பதையே இவர்கள் விரும்புகின்றனர். பாட்டாளி வர்க்கம் இல்லாமல் முதலாளித்துவ வர்க்கம் மட்டும் இருக்க ஆசைப்படுகின்றனர். முதலாளித்துவ வர்க்கம், தான் மேலாதிக்கம் வகிக்கும் உலகே தலைசிறந்ததென இயல்பாகவே கருதுகின்றது. இந்த வசதியான கருத்தோட்டத்தை முதலாளித்துவ சோஷலிசம், ஏறக்குறைய முழுமைபெற்ற பல்வேறு [தத்துவ] அமைப்புகளாக வளர்த்தெடுக்கிறது. பாட்டாளி வர்க்கம் இத்தகையதோர் அமைப்பைச் செயல்படுத்த வேண்டும், அதன்வழியே நேரே ஒரு புதிய சமூக ஜெரூசலத்தை நோக்கி நடைபோட வேண்டுமெனக் கோருகிறது. அவ்வாறு கோருவதன்மூலம் நடைமுறையில் அது கேட்பது என்னவெனில், பாட்டாளி வர்க்கம், தற்போது நிலவும் சமுதாயத்தின் வரம்புகளுக்கு உட்பட்டதாக நீடிக்க வேண்டும்; அதே வேளையில், முதலாளித்துவ வர்க்கம் பற்றி அதற்குள்ள

வெறுக்கத்தக்க கருத்துகள் அனைத்தையும் விட்டொழிக்க வேண்டும் என்பதுதான்.

இந்த சோஷலிசத்தின் இரண்டாவது வடிவம் அதிக நடைமுறை சாத்தியமானது, ஆனால் [தத்துவ ரீதியில்] குறைவாக முறைப்படுத்தப்பட்டது. தொழிலாளி வர்க்கத்துக்கு வெறும் அரசியல் சீர்திருத்தத்தால் எவ்வித அனுகூலமுமில்லை; பொருளாயத வாழ்க்கை நிலைமைகளில், பொருளாதார உறவுகளில் ஏற்படும் மாறுதல் மட்டுமே அனுகூலமாக இருக்கும் என்று அது எடுத்துக் கூறியது. அவ்வாறு கூறுவதன் மூலம், தொழிலாளி வர்க்கத்தின் பார்வையில் ஒவ்வொரு புரட்சிகர இயக்கத்தையும் மதிப்பிழக்கச் செய்ய முயன்றது. என்றபோதிலும், இந்த வகைப்பட்ட சோஷலிசம், பொருளாயத வாழ்க்கை நிலைமைகளில் மாற்றங்கள் என்று கூறியதன் மூலம், ஒரு புரட்சியால் மட்டுமே சாதிக்கப்படக் கூடிய முதலாளித்துவ உற்பத்தி உறவுகளின் ஒழிப்பை ஒருபோதும் குறிக்கவில்லை; முதலாளித்துவ உற்பத்தி உறவுகள் தொடர்ந்து நீடிப்பதை அடிப்படையாகக் கொண்ட நிர்வாகச் சீர்திருத்தங்களையே குறிக்கிறது. எனவே, இவ்வகை சீர்திருத்தங்கள் மூலதனத்துக்கும் உழைப்புக்கும் இடையிலான உறவுகளை எந்த விதத்திலும் பாதிக்காதவை. ஆனால், அதிகப்பட்சமாக முதலாளித்துவ அரசாங்கத்தின் செலவுகளைக் குறைக்கும், நிர்வாகப் பணியை எளிமையாக்கும், அவ்வளவே.

முதலாளித்துவ சோஷலிசம் வெறும் சொல் அலங்காரமாக ஆகும்போது – அவ்வாறு ஆகும்போது மட்டுமே – அது தன்னைச் சரியானபடி வெளிப்படுத்திக் கொள்கிறது.

சுதந்திரமான வணிகம்: தொழிலாளி வர்க்கத்தின் நலனுக்காக. காப்புச் சுங்க வரிகள்: தொழிலாளி வர்க்கத்தின் நலனுக்காக. சிறைச்சாலைச் சீர்திருத்தம்: தொழிலாளி வர்க்கத்தின் நலனுக்காக. இதுதான் முதலாளித்துவ சோஷலிசத்தின் முத்தாய்ப்பான சொல், கருத்தார்ந்த பொருளுணர்த்தும் ஒரே சொல்.

முதலாளித்துவ சோஷலிசத்தைக் கீழ்க்காணும் வாக்கியத்தில் சுருக்கமாகச் சொல்லிவிடலாம்: முதலாளி முதலாளியாக இருப்பது – தொழிலாளி வர்க்கத்தின் நலனுக்காகவே.

3. விமர்சன-கற்பனாவாத சோஷலிசமும், விமர்சன-கற்பனாவாத கம்யூனிசமும்

பாபியோவும்[42] [அவரையொத்த] பிறரும் எழுதிய எழுத்துகளைப் போன்று, மகத்தான நவீனப் புரட்சி ஒவ்வொன்றிலும் பாட்டாளி வர்க்கத்தின் கோரிக்கைகளுக்குக் குரல்கொடுத்திருக்கும் இலக்கியத்தை இங்கு நாம் குறிப்பிடவில்லை.

நிலப்பிரபுத்துவ சமுதாயம் வீழ்த்தப்படுகையில் உலகெங்கும் பரபரப்பு நிலவிய அந்தக் காலங்களில் பாட்டாளி வர்க்கம் தன் சொந்த லட்சியங்களை எட்டுவதற்காக மேற்கொண்ட முதல் நேரடி முயற்சிகள் தவிர்க்க முடியாதவாறு தோல்வியடைந்தன. காரணம், பாட்டாளி வர்க்கத்தின் அப்போதைய வளர்ச்சியுறாத நிலை. அத்துடன், அது விடுதலை பெறுவதற்கான பொருளாதார நிலைமைகள் அப்போது நிலவவில்லை. அத்தகைய நிலைமைகள் இனிமேல்தான் தோற்றுவிக்கப்படவிருந்தன. வரவிருந்த முதலாளித்துவ சகாப்தம் மட்டுமே அந்த நிலைமைகளைத் தோற்றுவிக்க முடியும். பாட்டாளி வர்க்கத்தின் இந்தத் தொடக்க கால இயக்கங்களுடன் கூடவே தோன்றிய புரட்சிகர இலக்கியம், தவிர்க்க முடியாதவாறு ஒருவித பிற்போக்குத் தன்மையைக் கொண்டிருந்தது. உலகளாவிய துறவுவாதத்தையும், மிகவும் முரட்டு வடிவிலான சமூகச் சமமாக்கத்தையும் அது போதித்தது.

சரியான சோஷலிச, கம்யூனிசக் கருத்தமைப்புகள் என்று சொல்லப்பட்ட, சான் சிமோன்[43], ஃபூரியே[44], ஓவன்[45] மற்றும் பிறரின் கருத்துகள், மேலே விவரிக்கப்பட்ட, பாட்டாளி வர்க்கத்துக்கும் முதலாளித்துவ வர்க்கத்துக்கும் இடையிலான போராட்டத்தின் வளர்ச்சியுறாத தொடக்கக் காலகட்டத்தில் தோன்றி நிலவியவையே. (அத்தியாயம்-1, 'முதலாளிகளும் பாட்டாளிகளும்' என்பதைப் பார்க்கவும்). இந்தக் கருத்தமைப்புகளைத் தோற்றுவித்தவர்கள், நடப்பிலிருந்த சமுதாய அமைப்புமுறையில் நிலவிய வர்க்கப் பகைமைகளையும், அதோடுகூட, சிதைந்து கொண்டிருந்த கூறுகளின் செயல்பாட்டையும் கண்டனர் என்பது உண்மையே.

ஆனால் இன்னமும் மழலைப் பருவத்தில் இருந்த பாட்டாளி வர்க்கம், எந்தவொரு வரலாறு படைக்கும் முன்முயற்சியோ, எந்தவொரு சுயேச்சையான அரசியல் இயக்கமோ இல்லாத ஒரு வர்க்கமாகவே அவர்களுக்குக் காட்சி தந்தது.

வர்க்கப் பகைமையின் வளர்ச்சி, தொழில்துறை வளர்ச்சியின் வேகத்துக்கு ஈடுகொடுத்து நடைபோடுவதால், அவர்கள் [சான் சிமோன் முதலியோர்] காணும் பொருளாதாரச் சூழ்நிலை பாட்டாளி வர்க்கத்தின் விடுதலைக்குகந்த பொருளாயத நிலைமைகளை இன்னும் அவர்களுக்குப் புலப்படுத்தவில்லை. எனவே, அவர்கள் அத்தகைய நிலைமைகளைத் தோற்றுவிப்பதற்கான ஒரு புதிய சமுக விஞ்ஞானத்தை, புதிய சமுக விதிகளைத் தேடிச் செல்கின்றனர்.

வரலாற்று ரீதியான செயல்பாடு, அவர்களுடைய சொந்தமுறையிலான கண்டுபிடிப்புச் செயலுக்கு உட்பட வேண்டும்; வரலாற்று ரீதியாக உருவாக்கப்பட்ட விடுதலைக்கான நிலைமைகள், [அவர்களின்] கற்பனையில் உருவான நிலைமைகளுக்கு உட்பட வேண்டும்; பாட்டாளி வர்க்கத்தின் படிப்படியான, தன்னியல்பான வர்க்க ஒழுங்கமைப்பு, இந்தக் கண்டுபிடிப்பாளர்கள் இதற்கெனப் பிரத்தியேகமாகப் புனைந்தளிக்கும் சமுக ஒழுங்கமைப்புக்கு உட்பட வேண்டும் [என்றாகியது]. அவர்தம் சமுகத் திட்டங்களுக்கான பிரசாரத்தையும், அத்திட்டங்களை நடைமுறையில் செயல்படுத்துவதையும் சுற்றியே வருங்கால வரலாறு அமையும் என அவர்களின் பார்வைக்குத் தோன்றுகிறது.

அவர்கள் தம் திட்டங்களை வகுத்தமைக்கும்போது, மிக அதிகமாகத் துன்புறும் வர்க்கம் என்ற வகையில் தொழிலாளி வர்க்கத்தின் நலன்களில்தான் முதன்மையாக அக்கறை செலுத்த வேண்டும் என்பதை உணர்ந்தே உள்ளனர். அவர்களைப் பொறுத்தவரையில் பாட்டாளி வர்க்கம் என ஒன்று இருக்கிறதெனில், மிக அதிகமாகத் துன்புறும் வர்க்கம் என்ற கண்ணோட்டத்தில் மட்டுமே.

இந்த வகைப்பட்ட சோஷலிஸ்டுகள், வர்க்கப் பகைமைகள் அனைத்துக்கும் மிகமிக மேலானோராகத் தம்மைத்தாமே

கருதிக்கொள்வதற்கு, வர்க்கப் போராட்டத்தின் வளர்ச்சி பெறாத நிலையும், அதோடுகூட அவர்களின் சொந்தச் சுற்றுச்சார்புகளும் காரணமாயின. சமுதாயத்தின் ஒவ்வோர் உறுப்பினரின் நிலையையும், மிகவும் சலுகை படைத்தவரின் நிலையையுங்கூட, மேம்படுத்த அவர்கள் விரும்புகின்றனர். எனவே, வர்க்க வேறுபாடு கருதாமல் சமுதாயம் முழுமைக்கும் வேண்டுகோள் விடுப்பதை, சரியாகச் சொல்வதெனில், முன்னுரிமை தந்து ஆளும் வர்க்கத்துக்கு வேண்டுகோள் விடுப்பதை அவர்கள் வழக்கமாகக் கொண்டுள்ளனர். ஏனெனில், அவர்கள் எடுத்துரைக்கும் அமைப்பினை ஒருவர் புரிந்துகொண்டபின், சமுதாயத்தின் சாத்தியமான நிலைகளுள் மிகச்சிறந்த நிலையை எய்துவதற்குரிய, சாத்தியமான திட்டங்களிலேயே மிகச்சிறந்த திட்டம் அது என்பதை அவர் காணத் தவற முடியுமோ?

எனவே, அவர்கள் அனைத்து அரசியல் செயல்பாடுகளையும், குறிப்பாக அனைத்து புரட்சிகரச் செயல்பாடுகளையும் நிராகரிக்கின்றனர்; சமாதான வழிகளில் தம் லட்சியங்களை அடைந்திட விரும்புகின்றனர்; நிச்சயமாகத் தவிர்க்க முடியாத தோல்வியில் முடிகிற சிறு பரிசோதனைகள் மூலமும், முன்மாதிரி [அமைப்புமுறை]யின் சக்தியைக் கொண்டும், புதிய சமூக வேதத்துக்குப் பாதை வகுத்திட அவர்கள் பெருமுயற்சி செய்கின்றனர்.

வருங்கால சமுதாயத்தைப் பற்றிய இத்தகைய கற்பனைச் சித்திரங்கள், பாட்டாளி வர்க்கம் இன்னமும் வளர்ச்சி பெறாத நிலையில், ஆனால் அதனுடைய சொந்த நிலைகுறித்துக் கற்பனையான கருத்தோட்டம் கொண்டிருந்த ஒரு காலகட்டத்தில் தீட்டப்பட்டவையாகும். சமுதாயத்தின் பொதுவான மறுசீரமைப்புகுறித்து, அந்த வர்க்கத்துக்கு உள்ளுணர்வு ரீதியாக எழும் ஆசைகளுக்கு ஏற்பவே அச்சித்திரங்கள் அமைந்துள்ளன.

ஆனால், இந்த சோஷலிச, கம்யூனிச வெளியீடுகளில் ஒரு விமர்சனக் கூறும் அடங்கியுள்ளது. தற்போது நிலவும் சமுதாயத்தின் ஒவ்வொரு கோட்பாட்டையும் அவை தாக்குகின்றன. எனவே, தொழிலாளி வர்க்கம் அறிவொளி பெறுவதற்கான மிகவும் மதிப்புவாய்ந்த விவரக் குறிப்புகள் அவற்றில் நிறைந்துள்ளன. நகரத்துக்கும் கிராமத்துக்கும் இடையிலான

பாகுபாட்டை ஒழித்தல், குடும்ப அமைப்புமுறையை ஒழித்தல், தனிப்பட்ட நபர்களின் நலனுக்காகத் தொழில்கள் நடத்துவதை ஒழித்தல், கூலிமுறையை ஒழித்தல், சமுதாயத்தின் ஒருங்கிசைவைப் பிரகடனம் செய்தல், அரசின் பணிகளை வெறுமனே உற்பத்தியை மேற்பார்வை செய்யும் பணியாக மாற்றிவிடல் - இவைபோன்ற நடைமுறை நடவடிக்கைகள் அந்த வெளியீடுகளில் முன்மொழியப்படுகின்றன. இத்தகைய முன்மொழிவுகள் அனைத்தும், வர்க்கப் பகைமைகள் மறைந்துபோவது ஒன்றை மட்டுமே சுட்டுவதாக உள்ளன. இந்த வர்க்கப் பகைமைகள் அந்தக் காலகட்டத்தில் அப்போதுதான் முளைவிடத் தொடங்கியிருந்தன. வர்க்கப் பகைமைகள் அவற்றின் தொடக்க காலத்தே நிலவிய தெளிவற்ற, வரையறுக்கப்படாத வடிவங்களில் மட்டுமே இந்த வெளியீடுகளில் அடையாளம் காணப்படுகின்றன. எனவே, இந்த முன்மொழிவுகள் கலப்பற்ற கற்பனாவாதத் தன்மை கொண்டவையாகவே உள்ளன.

விமர்சன-கற்பனாவாத சோஷலிசம், விமர்சன-கற்பனாவாத கம்யூனிசம் ஆகியவற்றின் முக்கியத்துவம் வரலாற்று வளர்ச்சியுடன் எதிர்விகித உறவைக் கொண்டுள்ளது. நவீன வர்க்கப் போராட்டம் எந்த அளவுக்கு வளர்ச்சிபெற்று திட்டவட்டமான வடிவம் பெறுகிறதோ, அந்த அளவுக்குப் போராட்டத்திலிருந்து இவ்வாறு கற்பனையாக விலகி நிற்றலும், அதன்மீது தொடுக்கப்படும் கற்பனையான தாக்குதல்களும் நடைமுறை மதிப்பனைத்தையும், தத்துவ நியாயம் அனைத்தையும் இழந்து விடுகின்றன. எனவே, இந்த [தத்துவ] அமைப்புகளின் மூலவர்கள், பலவிதத்தில் புரட்சிகரமாக விளங்கியபோதும், இவர்களின் சீடர்கள் ஒவ்வொரு சூழலிலும் வெறும் பிற்போக்குக் குறுங்குழுக்களாகவே அமையப் பெற்றுள்ளனர். பாட்டாளி வர்க்கத்தின் முற்போக்கான வரலாற்றுபூர்வ வளர்ச்சிக்கு எதிராகத் தங்கள் குருநாதர்களின் மூலக் கருத்துகளை உடும்புப் பிடியாகப் பிடித்துக் கொண்டுள்ளனர். எனவே, வர்க்கப் போராட்டத்தை மழுங்கடிக்கவும், வர்க்கப் பகைமைகளைச் சமரசப்படுத்தவும் விடாமல் தொடர்ந்து முயலுகின்றனர். தங்களின் கற்பனாவாத சமூகத் திட்டங்களைச் சோதனை பூர்வமாக நடைமுறைப்படுத்தி விடலாமென இன்னமும் கனவு

காண்கின்றனர். ஆங்காங்கே தனித்தனியான சில ''வேலைக் கூட்டமைவுகளைத்'' (Phalansteries) தோற்றுவித்தல், ''உள்நாட்டுக் குடியிருப்புகளை'' (Home Colonies) நிறுவுதல், ஒரு ''குட்டி ஐகேரியாவை'' (Little Icaria) அதாவது புது ஜெரூசலத்தின் குட்டி மாதிரிகளை அமைத்தல்[11] ஆகியவை இவர்களின் கற்பனாவாத சமூகத் திட்டங்கள். இந்த ஆகாயக் கோட்டைகளையெல்லாம் கட்டிமுடிக்க, இவர்கள் முதலாளிமார்களின் பரிவுணர்வுக்கும் பணத்துக்கும் வேண்டுகோள் விடுக்கவேண்டிய கட்டாயத்துக்கு உள்ளாகின்றனர். படிப்படியாக இவர்கள் மேலே விவரிக்கப் பட்ட பிற்போக்குப் பழமைவாத சோஷலிஸ்டு வகையினராகத் தாழ்ந்துவிடுகின்றனர். அவர்களிடமிருந்து இவர்கள் வேறுபடுவது, மிகவும் முறைப்படுத்தப்பட்ட பகட்டுப் புலமையிலும், இவர்தம் சமூக விஞ்ஞானத்தின் அதிசயப் பலன்களின்பால் இவர்கள் கொண்டுள்ள வெறித்தனமான மூட நம்பிக்கையிலும் மட்டுமே.

''உள்நாட்டுக் குடியிருப்புகள்'' (Home Colonies) என்பது, ஒவன் (Owen) அவருடைய கம்யூனிச முன்மாதிரிச் சமுதாயங்களுக்கு இட்டழைத்த பெயராகும். வேலைக் கூட்டமைவுகள் (Phalansteries) என்பது, பூரியே திட்டமிட்டிருந்த பொது மாளிகைகளுக்கு இட்ட பெயராகும். ஐகேரியா என்பது [காபேயின்] கற்பனை தேசத்துக்குச் சூட்டப்பட்ட பெயராகும். காபே அந்தக் கற்பனை தேசத்தின் கம்யூனிச நிறுவனங்களைச் சித்தரித்துள்ளார். [1890-ஆம் ஆண்டின் ஜெர்மானியப் பதிப்புக்கு ஏங்கெல்ஸ் எழுதிய குறிப்பு].

எனவே, இவர்கள் தொழிலாளி வர்க்கம் சார்பிலான அரசியல் நடவடிக்கைகள் அனைத்தையும் வன்மையாக எதிர்க்கின்றனர். இவர்களைப் பொறுத்தவரை, புதிய வேதாகமத்தில் (New Gospel) கொண்டுள்ள குருட்டுத்தனமான அவநம்பிக்கையின்

---

11 வேலைக் கூட்டமைவுகள் (Phalansteries) என்பவை ஷார்ல் பூரியே (Charles Fourier) திட்டத்தின்படி அமைந்த சோஷலிசக் குடியிருப்புகள் ஆகும். ஐகேரியா (Icaria) என்பது காபே (Cabet) அவருடைய கற்பனை உலகத்துக்கு இட்ட பெயராகும். பின்னாளில் அவருடைய அமெரிக்கக் கம்யூனிசக் குடியிருப்புக்கு அப்பெயரைச் சூட்டினார். [1888-ஆம் ஆண்டின் ஆங்கிலப் பதிப்புக்கு ஏங்கெல்ஸ் எழுதிய குறிப்பு].

விளைவாக மட்டுமே அத்தகைய நடவடிக்கை இருக்க முடியும் எனக் கருதுகின்றனர்.

இங்கிலாந்தில் ஓவனியர்கள் (Owenites) சாசனவாதிகளையும் (Chartists)[46], ஃபிரான்சில் ஃபூரியேயர்கள் (Fourierists) 'சீர்திருத்தம்' வாதிகளையும் (Reformistes)[47] எதிர்க்கின்றனர்.

(அத்தியாயம்-3 முற்றும்)

அடிக் குறிப்புகள்:

[37] இங்கிலாந்து சீர்திருத்தக் கிளர்ச்சி: இங்குக் குறிப்பிடப்படுவது இங்கிலாந்து பாராளுமன்றத் தேர்தல் சீர்திருத்தத்துக்காக நடைபெற்ற கிளர்ச்சியாகும். இந்தக் கிளர்ச்சியின் பலனாகத் தேர்தல் சீர்திருத்தச் சட்டம் 1931-இல் காமன்ஸ் சபையில் நிறைவேற்றப்பட்டது. 1832 ஜூனில் பிரபுக்களின் சபையால் ஏற்கப்பட்டது. இச்சட்டம் நிலவுடைமை பெற்ற பிரபுக் குலத்தார் அதுவரை வகித்துவந்த அரசியல் ஏகபோகத்துக்கு எதிரானதாகும். இச்சட்டம், தொழில்துறை முதலாளிகள் பாராளுமன்றத்தில் இடம்பெற வகைசெய்தது. இந்தச் சீர்திருத்தத்துக்கான போராட்டத்தில் பாட்டாளி வர்க்கத்தினரும், குட்டி முதலாளித்துவப் பகுதியோரும் உந்து சக்தியாகச் செயல்பட்டனர். ஆனால் மிதவாத முதலாளித்துவ வர்க்கம் இவர்களை ஏமாற்றிவிட்டது. இவர்கள் எவ்விதத் தேர்தல் உரிமைகளும் பெற முடியாதபடி தடுத்துவிட்டது.

[38] ஃபிரெஞ்சு மரபுவழி முடியாட்சிவாதிகள் (French Legitimists): 1830-இல் ஆட்சியிலிருந்து அகற்றப்பட்ட புர்போன் அரச வம்சத்தின் ஆதரவாளர்களைக் குறிக்கிறது. புர்போன் அரச வம்சம் உயர்குடி நிலப்பிரபுக்களின் நலன்களைப் பிரதிநிதித்துவப்படுத்தியது. நிதிப்பிரபுக்கள், பெருமுதலாளிகள் ஆகியோரின் ஆதரவுடன் ஃபிரெஞ்சு மரபுவழி முடியாட்சிவாதிகள், ஆட்சியிலிருந்த ஆர்லியன்ஸ் அரச வம்சத்துக்கு எதிராகப் போராடினர். அப்போராட்டத்தின்போது, அவர்களில் சிலர், சுரண்டும் முதலாளிகளிடமிருந்து பாட்டாளி மக்களைப் பாதுகாப்பவர்கள் நாங்கள் எனக் கூறிக்கொண்டு

சோஷலிச முழக்கங்களால் மக்களைத் தூண்டிவிடுவதில் ஈடுபட்டனர்.

[39] இளம் இங்கிலாந்து அமைப்பு: இங்கிலாந்து நாட்டின் பழமைவாதக் கட்சியைச் (டோரிகள் கட்சி) சேர்ந்த இலக்கிய ஆசிரியர்களின் குழு. 19-ஆம் நூற்றாண்டின் தொடக்கத்தில் இந்த அமைப்பு உருவாக்கப்பட்டது. முதலாளித்துவ வர்க்கத்தின் வளர்ந்துவந்த அரசியல், பொருளாதார வலிமைக்கு எதிரான நிலப்பிரபுக்களின் அதிருப்தியை இக்குழு வெளியிட்டது. முதலாளித்துவ வர்க்கத்துக்கு எதிரான தங்களின் போராட்டத்தில் தொழிலாளி வர்க்கத்தின் ஆதரவைப் பெறும்பொருட்டு, அவர்களை ஈர்க்கும் விதமான கிளர்ச்சியூட்டும் மேடைப் பிரச்சாரங்களை இக்குழுவினர் மேற்கொண்டனர்.

[40] சிஸ்மோண்டி (Sismondi, 1817-1887): ஜான் ஷார்ல் லேஒனார் சிஸ்மோண்ட் டே என்பது இவரது முழுப்பெயர். சுவிஸ் நாட்டுப் பொருளாதார வல்லுனர். வரலாற்று அறிஞர். குட்டி முதலாளித்துவ சோஷலிசத்தின் பிரதிநிதி. முதலாளித்துவத்தைக் குட்டி முதலாளித்துவ நோக்கில் விமர்சித்தவர். பெருவீத முதலாளித்துவ உற்பத்தி முறையின் முற்போக்குத் தன்மைகொண்ட போக்குகளை இவர் உணர்ந்துகொள்ளவில்லை. பழைய சமூக அமைப்புகளிலும், மரபுகளிலும் அதாவது புதிய பொருளாதார நிலைமைகளுக்கு ஒவ்வாத கைவினைக் குழும உற்பத்தி முறைகளிலும், தந்தைவழிச் சமுதாய முறையிலான விவசாயத்திலும் தீர்வுகளைத் தேடிவந்தார்.

[41] ஹெர் கார்ல் குரூன் (Herr Karl Grun, 1817-1887): ஜெர்மானிய குட்டி முதலாளித்துவக் கட்டுரையாளர்.

[42] பாபியோவ் (Babeuf, 1760-1797): இவரது உண்மைப் பெயர் ஃபிரான்சுவா நோயேல். ஃபிரெஞ்சுப் புரட்சியில் பங்கு பெற்றவர். கற்பனாவாதக் கம்யூனிசத்தின் மிகச் செல்வாக்குப் பெற்ற பிரதிநிதி. இரகசிய சங்கம் ஒன்றை அமைத்து, ஆயுதம் தாங்கிய எழுச்சிக்கான ஆயத்தங்களை மேற்கொண்டார். பொதுமக்களின் நலன்காக்கும் புரட்சிகர சர்வாதிகார ஆட்சியை நிறுவுவதே இவரின் நோக்கமாக இருந்தது. ஆயுத எழுச்சிக்கான

சதி ஆலோசனை வெளிப்பட்டு, 1797-ஆம் மே 27-இல் மரண தண்டனை விதிக்கப்பட்டார்.

[43] சான் சிமோன் (*Saint Simon, 1760-1825*): அன்ரீ கிளோத் சான் சிமோன் என்பது இவரது முழுப்பெயர். ஃபிரான்சு நாட்டின் கற்பனாவாத சோஷலிஸ்டு. முதலாளித்துவ அமைப்பு முறைக்கு எதிரானவர். கைவினைக் குழுமக் கோட்பாட்டை அடிப்படையாகக் கொண்ட ஒரு சமுதாயத்துக்கான வேலைத்திட்டத்தை முன்வைத்துச் செயல்பட்டார். ஆனால் தனியார் சொத்துடைமையை எதிர்க்கவில்லை. விஞ்ஞானத்தைத் தொழில்துறையுடன் இணைத்தல், உற்பத்தியை மையப்படுத்தல், திட்டமுறைப்படி உற்பத்தியைப் பெருக்குதல் ஆகிய கருத்துகளை முன்வைத்தார். ஆனால் அரசியல் போராட்டம் குறித்தும், புரட்சி குறித்தும் எதிர்மறை நிலையை மேற்கொண்டார். அரசாங்கச் சீர்திருத்தங்கள்மூலமும், ஒரு புதிய மதத்தின் வழியில் சமுதாயத்துக்கு அறநெறிப் பயிற்சி அளிப்பதன்மூலமும் வர்க்க முரண்பாடுகளை ஒழிக்க முடியும் என நம்பினார்.

[44] ஃபூரியே (*Fourier, 1772-1837*): ஷார்ல் ஃபூரியே என்பது இவரது முழுப்பெயர். இவர் முதலாளித்துவ அமைப்பைக் கடுமையாகச் சாடினார். வருங்கால 'இசைவான' சமுதாயம் மனிதனின் உள்ளத்து உணர்ச்சிகளை அறிந்து கொள்வதன் அடிப்படையில் அமையும் என்றார். எல்லோரும் தானே மனமுவந்து வேலை செய்யும் 'வேலைக் கூட்டமைப்புகளை' உருவாக்கி, சோஷலிச சமுதாயத்தைச் சமாதான முறையில் நிறுவ முடியும் என நம்பினார். பலாத்காரப் புரட்சியை எதிர்த்தார். ஃபூரியே தனியார் சொத்துடைமையை எதிர்க்கவில்லை.

[45] ஓவன் (*Owen, 1771-1858*): ராபர்ட் ஓவன் என்பது இவரது முழுப்பெயர். இவர் முதலாளித்துவ அமைப்பைக் கடுமையாகக் கண்டித்தார். ஆனால் முதலாளித்துவ முரண்பாடுகளின் மூல காரணங்களை அவரால் விளக்கிக் காட்ட முடியவில்லை. கல்வி, சமுக சீர்திருத்தம் மூலமாகச் சமுக ஏற்றதாழ்வுகளை அகற்ற முடியும் என நம்பினார். அதற்குரிய ஒரு விரிவான வேலைத்திட்டத்தை முன்வைத்தார். தம் வேலைத்திட்டத்தை நடைமுறையில் செயல்படுத்த அவர் மேற்கொண்ட முயற்சிகள் தோல்வி கண்டன. 'கற்பனாவாத சோஷலிசமும் விஞ்ஞான

சோஷலிசமும்' என்னும் நூலில் ஏங்கெல்ஸ், சான் சிமோன், ஷார்ல் ஃபூரியே, ராபர்ட் ஓவன் ஆகியோரின் கோட்பாடுகள் பற்றி விரிவாக எழுதியுள்ளார்.

[46] *சாசனவாதிகள் (Chartists):* சாசனம் என்று பொருள்படும் Charter என்ற சொல்லிலிருந்து உருவான சொல். இங்கிலாந்து தொழிலாளர்களின் புரட்சிகரமான மக்கள் இயக்கத்தைச் சேர்ந்தவர்கள். தொழிலாளர்களின் கடினமான பொருளாதார நிலைமைகள், அரசியல் உரிமையின்மை ஆகியவற்றின் காரணமாகத் தோன்றிய இயக்கம். 1830-களின் கடைசியில் பெரிய பொதுக்கூட்டங்கள், ஆர்ப்பாட்டங்களுடன் தொடங்கிய இந்த இயக்கம் இடையிடையே தொய்வுற்று, 1850-களின் தொடக்கம்வரை தொடர்ந்தது. ஒரு பக்குவமான புரட்சிகரத் தலைமையும், தெளிவான வேலைத்திட்டமும் இல்லாததே இந்த இயக்கத்தின் தோல்விக்குக் காரணம்.

[47] *சீர்திருத்தம்வாதிகள் (Reformistes):* பாரிசில் 1843 முதல் 1850 வரை வெளிவந்த சீர்திருத்தம் *(La Reforme)* என்னும் செய்தித்தாளின் ஆதரவாளர்கள் இவ்வாறு குறிப்பிடப்பட்டுள்ளனர். குடியரசை நிறுவ வேண்டும், ஜனநாயக சமுதாயச் சீர்திருத்தங்களை மேற்கொள்ள வேண்டும் என்பது இவர்களின் கோரிக்கை.

தற்போதுள்ள பல்வேறு எதிர்க்கட்சிகள் குறித்துக் கம்யூனிஸ்டுகளின் நிலைபாடு

இங்கிலாந்திலுள்ள சாசனவாதிகள், அமெரிக்காவிலுள்ள விவசாயச் சீர்திருத்தவாதிகள் ஆகியோரின் இயக்கங்களையொத்த, தற்போது நிலவும் தொழிலாளி வர்க்கக் கட்சிகளுடன் கம்யூனிஸ்டுகளின் உறவுநிலை குறித்து [இந்நூலின்] இரண்டாவது பிரிவு தெளிவுபடுத்தியுள்ளது.

கம்யூனிஸ்டுகள், தொழிலாளி வர்க்கத்தின் உடனடி லட்சியங்களை எய்திடவும், அவ்வப்போதைய நலன்களை நிறைவேற்றிக் கொள்ளவும் போராடுகிறார்கள். ஆனாலும், நிகழ்கால இயக்கத்திலேயே அந்த இயக்கத்தின் எதிர்காலத்தைப் பிரதிநிதித்துவப்படுத்துகின்றனர்; இயக்கத்தின் எதிர்காலம் குறித்து அக்கறை எடுத்துக் கொள்கின்றனர். ஃபிரான்சில் கம்யூனிஸ்டுகள் பழமைவாத, தீவிரவாத முதலாளித்துவ வர்க்கத்தினருக்கு எதிராகச் சமூக-ஜனநாயகவாதிகளுடன்[12] கூட்டுச் சேர்ந்துகொள்கின்றனர். என்றாலும், மாபெரும் புரட்சியிலிருந்து பாரம்பரியமாகப் பெறப்பட்டு வந்துள்ள சொற்கோவைகள், பிரமைகள் குறித்து ஒரு விமர்சன

---

12 அக்காலத்தில் பாராளுமன்றத்தில் லெத்ரு-ரொலேனும்[48], இலக்கிய உலகில் ஹூயீ பிளாங்க்கும்[49], தினசரிப் பத்திரிக்கை ஊடகத்தில் சீர்திருத்தம் (Reforme) என்னும் பத்திரிகையும் பிரதிநிதித்துவப்படுத்திய கட்சி இது. சமூக-ஜனநாயகம் என்ற பெயரைப் பொறுத்தவரை அப்பெயரைக் கண்டுபிடித்தவர்களுக்கு, ஜனநாயகக் கட்சி அல்லது குடியரசுக் கட்சியின், கூடக்குறைய சோஷலிச சாயம் பூசப்பட்ட ஒரு பிரிவு என்பதையே குறித்தது. [1888-ஆம் ஆண்டின் ஆங்கிலப் பதிப்புக்கு ஏங்கெல்ஸ் எழுதிய குறிப்பு].

ஃபிரான்சில் அக்காலத்தில் தன்னைத்தானே சமூக-ஜனநாயகக் கட்சி என்று அழைத்துக் கொண்ட இக்கட்சியை, அரசியல் வாழ்வில் லெத்ரு-ரொலேனும், இலக்கியத்தில் ஹூயீ பிளாங்க்கும் பிரதிநிதித்துவப்படுத்தினர். இவ்வாறு, அக்கட்சி இந்நாளைய ஜெர்மன் சமூக-ஜனநாயகத்திலிருந்து அளவிட முடியாத அளவுக்கு வேறுபட்டிருந்தது. [1890-ஆம் ஆண்டின் ஜெர்மானியப் பதிப்புக்கு ஏங்கெல்ஸ் எழுதிய குறிப்பு].

நிலைபாட்டை மேற்கொள்ளும் உரிமையை விட்டுவிடாமல் தம் கையில் வைத்துள்ளனர்.

சுவிட்சர்லாந்தில், தீவிரக் கொள்கையினரைக் (Radicals) கம்யூனிஸ்டுகள் ஆதரிக்கின்றனர். ஆனால், அதே வேளையில், தீவிரக் கொள்கையினரின் கட்சி, ஒருபாதி ஃபிரெஞ்சு நாட்டில் உள்ளது போன்ற ஜனநாயக சோஷலிஸ்டுகளையும், மறுபாதி தீவிரக் கொள்கையுடைய முதலாளித்துவ வர்க்கத்தாரையும் கொண்ட, ஒன்றுக்கொன்று பகைமை பாராட்டும் கூறுகளால் ஆனது என்பதைக் கம்யூனிஸ்டுகள் காணத் தவறவில்லை.

போலந்தில், தேச விடுதலைக்கு விவசாயப் புரட்சியே தலையாய நிபந்தனை என்பதை வலியுறுத்தும் கட்சியைக் கம்யூனிஸ்டுகள் ஆதரிக்கின்றனர். 1846-இல் கிராக்கவ் (Cracow) எழுச்சிக்குத்[50] தூண்டுகோலாக இருந்த கட்சி அது.

ஜெர்மனியில், எதேச்சாதிகார முடியாட்சியையும், நிலப்பிரபுத்துவப் பண்ணை உடைமையாளர்களையும் (feudal squirearchy), [நகர்ப்புறப் பிற்போக்குவாதக்] குட்டி முதலாளித்துவப் பிரிவினரையும் (petty bourgeoisie)[51] எதிர்த்து முதலாளித்துவ வர்க்கம் புரட்சிகரமான முறையில் செயல்படும் போதெல்லாம், கம்யூனிஸ்டுகள் முதலாளித்துவ வர்க்கத்துடன் சேர்ந்துநின்று போராடுகின்றனர். ஆனால், முதலாளித்துவ வர்க்கத்துக்கும் பாட்டாளி வர்க்கத்துக்கும் இடையேயான தீராப் பகைமையைச் சாத்தியமான அளவுக்குத் தெளிவாக உணரும்படி, தொழிலாளி வர்க்கத்துக்கு அறிவு புகட்டுவதைக் கம்யூனிஸ்டுகள் எந்தவொரு சூழலிலும் ஒருபோதும் நிறுத்தவில்லை. காரணம், முதலாளித்துவ வர்க்கம் தன் மேலாதிக்கத்துடன்கூடவே தவிர்க்க முடியாதபடி புகுத்த வேண்டியிருக்கும் சமூக, அரசியல் நிலைமைகளை, ஜெர்மானியத் தொழிலாளர்கள் அப்படியே முதலாளித்துவ வர்க்கத்துக்கு எதிரான ஆயுதங்களாகப் பயன்படுத்தக்கூடும். மேலும், ஜெர்மனியில் பிற்போக்கு வர்க்கங்களின் வீழ்ச்சிக்குப் பிறகு, அதே முதலாளித்துவ வர்க்கத்துக்கு எதிரான போராட்டம் உடனடியாகத் தொடங்கக்கூடும்.

கம்யூனிஸ்டுகள் முதன்மையாக ஜெர்மனியிடம் தங்கள் கவனத்தைத் திருப்புகின்றனர். காரணம், ஜெர்மனியில் ஒரு

முதலாளித்துவப் புரட்சி நடைபெறும் தறுவாயில் உள்ளது. ஐரோப்பிய நாகரிகம் மிகவும் முன்னேறியுள்ள நிலைமைகளின் சூழலில் அது நடத்தப்பட வேண்டியுள்ளது. பதினேழாம் நூற்றாண்டில் இங்கிலாந்திலும், பதினெட்டாம் நூற்றாண்டில் ஃபிரான்சிலும் இருந்த பாட்டாளி வர்க்கத்தையெல்லாம்விட மிக அதிக வளர்ச்சிபெற்ற ஒரு பாட்டாளி வர்க்கம் அதை நடத்தவுள்ளது. மேலும், ஜெர்மனியில் நடைபெறப்போகும் முதலாளித்துவப் புரட்சி, உடனடியாக அதனைப் பின்தொடரப்போகும் ஒரு பாட்டாளி வர்க்கப் புரட்சிக்கான முன்னோடியாகவே இருக்கப் போகிறது என்பதும் காரணமாகும்.

சுருங்கக் கூறின், கம்யூனிஸ்டுகள் எங்கும் தற்போதுள்ள சமூக, அரசியல் அமைப்பு முறைகளுக்கு எதிரான புரட்சிகர இயக்கம் ஒவ்வொன்றையும் ஆதரிக்கின்றனர். இந்த இயக்கங்கள் அனைத்திலும், அவை ஒவ்வொன்றின் தலையாய பிரச்சினையாகச் சொத்துடைமைப் பிரச்சினையை கம்யூனிஸ்டுகள் முன்னிலைக்குக் கொண்டு வருகின்றனர். அந்த நேரத்தில் அது எந்த அளவுக்கு வளர்ச்சி பெற்றுள்ளது என்பதைப் பொருட்படுத்துவதில்லை.

முடிவாக, அனைத்து நாடுகளின் ஜனநாயகக் கட்சிகளுடைய ஐக்கியத்துக்காகவும், உடன்பாட்டுக்காகவும் கம்யூனிஸ்டுகள் பாடுபடுகின்றனர்.

கம்யூனிஸ்டுகள் தங்கள் கருத்துக்களையும் நோக்கங்களையும் மூடிமறைப்பதை இழிவாகக் கருதுகின்றனர். இன்றுள்ள சமூக நிலைமைகள் அனைத்தையும் பலவந்தமாக வீழ்த்தினால் மட்டுமே தம் இலட்சியங்களை அடைய முடியும் என்பதைக் கம்யூனிஸ்டுகள் வெளிப்படையாக அறிவிக்கின்றனர். கம்யூனிசப் புரட்சியைக் கண்டு ஆளும் வர்க்கங்கள் அஞ்சி நடுங்கட்டும். பாட்டாளிகளிடம் இழப்பதற்கு ஏதுமில்லை, அவர்தம் அடிமைச் சங்கிலிகளைத் தவிர. அவர்கள் வெல்வதற்கோ ஓர் உலகம் இருக்கிறது.

உலகத் தொழிலாளர்களே, ஒன்றுசேருங்கள்![52]

(அத்தியாயம்-4 முற்றும்)

அடிக் குறிப்புகள்:

[48] லெத்ரூ-ரொலேன் (*Ledru Rollen, 1807-1874*): அலெக்ஸாந்தர் ஒகுஸ்ட் லெத்ரூ-ரொலேன் என்பது இவரது முழுப்பெயர். ஃபிரஞ்சுக் கட்டுரையாளர். அரசியல்வாதி. குட்டி முதலாளித்துவ ஜனநாயகவாதிகளின் தலைவர்களுள் ஒருவர். சீர்திருத்தம் (*La Reforme*) செய்தித்தாளின் ஆசிரியர். 1848-இல் அரசாங்கத்தின் உறுப்பினராக இருந்தார்.

[49] லூயி பிளாங்க் (*Louis Plank, 1811-1882*): ஃபிரெஞ்சுக் குட்டி முதலாளித்துவ சோஷலிஸ்டு. வரலாற்று ஆசிரியர். 1848-49 புரட்சியில் தீவிரப் பங்காற்றியவர். முதலாளித்துவ வர்க்கத்தினருடன் சமரசம் செய்துகொள்வதை ஆதரித்தார்.

[50] கிராக்கவ் எழுச்சி: போலந்துப் பிரதேசங்களில் தேச சுதந்திரம் பெறுவதற்காக 1846 பிப்ரவரியில் ஆயுதமேந்திய எழுச்சி நடைபெற்றது. போலந்தின் புரட்சிகர ஜனநாயகவாதிகள் இந்த எழுச்சியை முன்னின்று நடத்தினர். உயர்குடியினரின் ஒரு பகுதியினர் புரிந்த துரோகத்தால் இந்தப் புரட்சி எழுச்சி பொதுவாகத் தோல்வியுற்ற போதிலும், 1815-ஆம் ஆண்டுதொட்டு ஆஸ்திரியா, ருஷ்யா, பிரஷ்யா ஆகிய நாடுகளின் கூட்டு ஆதிக்கத்தில் இருந்துவந்த கிராக்கவ்வில் மட்டும் 1846 பிப்ரவரி 22-இல் புரட்சியாளர்கள் வெற்றியடைந்து தேசிய அரசாங்கத்தை நிறுவினர். நிலப்பிரபுக்களுக்கு கட்டாயமாகச் செய்யப்பட்டுவந்த சேவைகளை ரத்து செய்து அறிக்கை வெளியிட்டனர். ஆனால், கிராக்கவ் எழுச்சி 1846 மார்ச் தொடக்கத்தில் நசுக்கப்பட்டது. 1846 நவம்பரில் ஆஸ்திரியா, பிரஷ்யா, ருஷ்யா ஆகிய நாடுகள் ஓர் உடன்படிக்கை செய்துகொண்டன. இதன்படி கிராக்கவ் ஆஸ்திரியப் பேரரசில் இணைக்கப்பட்டது.

[51] குட்டி முதலாளித்துவப் பிரிவினர்: ஆங்கிலப் பதிப்பில் *petty bourgeoisie* என்று குறிப்பிடப்பட்டாலும், ஜெர்மன் மூலத்தில் மார்க்ஸ், ஏங்கெல்ஸ் பயன்படுத்திய சொல் *Kleinburgerei* என்பதாகும். நகர்ப்புறக் குட்டி முதலாளித்துவ வர்க்கத்தின் பிற்போக்குப் பிரிவினரைக் குறிக்கவே இச்சொல்லைப் பயன்படுத்தினர்.

[52] கம்யூனிஸ்டு அறிக்கையின் முத்தாய்ப்பான இந்தப் புகழ்பெற்ற முழக்கம், ஜெர்மானிய மூலத்தில், "*Proletarier aller Lander, vereinigt euch!*" என்று காணப்படுகிறது. இதன் சரியான ஆங்கில மொழிபெயர்ப்பு, "*Proletarians of all countries, Unite!*" என அமையும். எனவே, தமிழில், "அனைத்து நாட்டுப் பாட்டாளிகளே, ஒன்றுசேருங்கள்!" என்று கூறுவதே சரியாக இருக்கும். ஆனால், ஏங்கெல்ஸின் மேற்பார்வையில் வெளியான ஆங்கிலப் பதிப்பில், "*Working men of all countries, Unite!*" என்று இடம்பெற்றுள்ளது. இதனைத் தமிழில், "அனைத்து நாட்டுத் தொழிலாளர்களே, ஒன்றுசேருங்கள்!" என்று கூறலாம். எனினும், "உலகத் தொழிலாளர்களே, ஒன்றுசேருங்கள்!" என்னும் முழக்கமே அன்றுமுதல் இன்றுவரை நிலைபெற்றுவிட்டது என்பதால், இம்மொழியாக்கத்திலும் அவ்வாறே இடம்பெற்றுள்ளது.

(நூல் முற்றும்)

குறிப்புகள்

குறிப்புகள்

www.ingramcontent.com/pod-product-compliance
Lightning Source LLC
Chambersburg PA
CBHW051438140726
47987CB00006B/2439